实用越南语会话教程

（下册）

莫子祺　［越］黄氏惠　编著

北京大学出版社
PEKING UNIVERSITY PRESS

图书在版编目(CIP)数据

实用越南语会话教程.下册/莫子祺,(越)黄氏惠编著.—北京:北京大学出版社,2018.12
ISBN 978-7-301-30160-9

Ⅰ.①实… Ⅱ.①莫…②黄… Ⅲ.①越南语—口语—自学参考资料 Ⅳ.①H449.4

中国版本图书馆CIP数据核字(2018)第292137号

书　　　名	实用越南语会话教程(下册)
	SHIYONG YUENANYU HUIHUA JIAOCHENG (XIACE)
著作责任者	莫子祺　[越]黄氏惠　编著
责任编辑	杜若明
标准书号	ISBN 978-7-301-30160-9
出版发行	北京大学出版社
地　　　址	北京市海淀区成府路205号　100871
网　　　址	http://www.pup.cn　　新浪微博:@北京大学出版社
电子信箱	zpup@pup.cn
电　　　话	邮购部 010-62752015　发行部 010-62750672　编辑部 010-62767315
印　刷　者	河北滦县鑫华书刊印刷厂
经　销　者	新华书店
	787毫米×1092毫米　16开本　12印张　241千字
	2018年12月第1版　2018年12月第1次印刷
定　　　价	32.00元

未经许可,不得以任何方式复制或抄袭本书之部分或全部内容。
版权所有,侵权必究
举报电话:010-62752024　电子信箱:fd@pup.pku.edu.cn
图书如有印装质量问题,请与出版部联系,电话:010-62756370

前言

越南是中国通往东南亚的重要门户，是泛北部湾区域合作中重要的发展中国家。越南经过30年的革新开放，经济社会发展迅猛，为区域合作注入了新的活力。随着中国—东盟自由贸易区的建立，每年一届的中国—东盟博览会在广西南宁的永久落户，以及云南"桥头堡战略"的实施，中国与越南的政治、经济、文化交往日益频繁且不断向纵深发展，因此越南语人才在社会市场上炙手可热。

如今，学习越南语的除了越南语专业的学生，还有不少其他专业的学生也以第二外语或大学外语课程的方式选修越南语。为了让广大学生在掌握越南语语音的基础上，能够更快更有效地掌握越南语的听、说、读、写、译等基本技能，我们编写了本教程《实用越南语会话教程》上下两册，每册16课。本教程主要是供非越南语专业的学生在掌握越南语语音的基础上全面提高越南语听、说、读、写、译基本技能所用，亦可作为高校越南语专业口语课程教材、社会举办越南语培训班教材以及从事中越贸易等各界人士自学所用。

本教程具有如下特点：

第一，教学内容针对性和实用性强。本教材以在校学生为出发点和归宿点，每一课的学习内容都以学生为对象，每一课的学习内容均按照学生学习期间可能遇到的场景编排，针对性和实用性强，学生可以将所学内容在自己身上直接套用和实践，增强教学内容的真实感和趣味性；同时，每一课的教学内容都融入了许多实用的知识，每一课又按照本课主题扩充了相应词汇或实用知识点，为学生提供集中学习、随时查阅之便，是学生在出国留学前学习越南语、提高越南语基本技能的实用教材。

第二，编排科学合理，教学快速高效。每一课的基本结构，一般先是1-3个情景对话，对话后面附有生词表，然后是本课涉及的语法点，再有与本课主题相关的扩充词汇和知识点，最后是练习部分，包括语法练习和口语练习，每一部分都紧密联系，环环相扣，前后呼应，便于教学；每一课的语法练习题、翻译练习题都画出考点，让学生有针对性地进行练习，从而提高学生对知识点的融会贯通能力，提高翻译能力和实际运用能力；而每一课的口语练习题皆为本课学习主题的扩展和延伸，即让学生参照本课所学内容并根据自己的实际情况进行拓展练习，从而达到"学以致用，学为我用"的教学目的；此外，每个对话、每个扩充知识点都有中越文互译，有助于学习者在短时间内快速学习并基本掌握该课内容，然后利用扩充的词汇或知识点，参照本课会话进行对话练习，从而达到在有限的时间内快速提高越南语运用能力的目的。

  第三，内容丰富全面，知识覆盖面广。本教材内容主要涉及学生学习、工作、社交及衣、食、住、行等方面，每一课扩充的词汇也包括了最基本的、最常用的部分，语法部分也由浅到深囊括了越南语初学者所应掌握的基本语法，覆盖面广泛而全面，基本解决了学生日常交流及出国留学期间继续学习所需。

  第四，兼顾听说读写译基本技能训练。本教材以会话能力训练为主，兼顾听、说、读、写、译能力的训练，可以满足在短时间内全面提高越南语听、说、读、写、译技能的教学需求；该教材附有越南人录制的音频文件，每一课的情景会话和课文部分都有纯正越南口音的录音，便于学生在课余时间自学和自行练习听力，从而达到锻炼纯正越南口语和提高越南语听力的目的。

  本教材的编写和出版过程得到了广西民族大学领导、广西民族大学相思湖学院领导和北京大学出版社领导、编辑的大力支持，得到广大越南语同行和相关越南朋友的积极协助，教材编写也广泛参考了中越相关教材、报刊、新闻报道等资料，在此一并表示衷心的感谢！

  由于水平有限，教材内容出现错漏之处在所难免，恳请各位专家和广大读者批评指正。

编者
2017 年 6 月

MỤC LỤC
目 录

BÀI 1　NHÀ Ở – KHÁCH SẠN
第一课　住房 – 宾馆 ·· 1

BÀI 2　HỌC TẬP – CÔNG TÁC
第二课　学习 – 工作 ·· 10

BÀI 3　LÊN MẠNG
第三课　上网 ·· 24

BÀI 4　VUI CHƠI – GIẢI TRÍ
第四课　消遣 – 娱乐 ·· 35

BÀI 5　GIAO THÔNG – ĐI LẠI
第五课　交通 – 往来 ·· 47

BÀI 6　VIỆT NAM: ĐẤT NƯỚC VÀ CON NGƯỜI
第六课　越南民俗风情 ··· 57

BÀI 7　BƯU CHÍNH – VIỄN THÔNG
第七课　邮电 – 通信 ·· 70

BÀI 8　ĐỔI TIỀN – MỞ TÀI KHOẢN
第八课　换钱 – 开账户 ·· 80

BÀI 9　ĐI BỆNH VIỆN KHÁM BỆNH
第九课　去医院看病 ··· 91

BÀI 10　ĐẶT VÉ MÁY BAY
第十课　订机票 ·· 105

BÀI 11　QUA HẢI QUAN
第十一课　过海关 ·· 116

1

BÀI 12 THAM QUAN – DU LỊCH
第十二课　参观 – 旅游 **125**

BÀI 13 HỘI CHỢ TRIỂN LÃM
第十三课　会展 **136**

BÀI 14 ĐẦU TƯ – HỢP TÁC – ĐÀM PHÁN
第十四课　投资 – 合作 – 谈判 **150**

BÀI 15 THỂ THAO VÀ NHỮNG TRẬN ĐẤU
第十五课　体育和比赛 **162**

BÀI 16 DỊCH VỤ
第十六课　服务 **172**

主要参考书目 **185**

BÀI 1 NHÀ Ở - KHÁCH SẠN
第一课 住房－宾馆

I. Hội thoại 会话

Tình huống 1   Em ở ký túc xá
情景 1   我住宿舍

A: Chào em. Em ở phòng nào đấy?   你好。你住哪间寝室呢?

B: Dạ, thưa thầy, em ở phòng 302 nhà số 3 khu 5 ạ.   哦，老师，我住5坡3栋302宿舍。

A: Phòng em có mấy người?   你们宿舍有几个人?

B: Dạ, phòng em có 4 người ạ. Em cùng bạn Minh, bạn Hùng, bạn Phong ở chung một phòng.   我们宿舍有4个人。我跟阿明、阿雄、阿锋同住一间房。

A: Ừ, không đông lắm nhỉ.   哦，人不算太多。

B: Vâng ạ, cũng không đông lắm, vừa thôi ạ.   是的，不太多，挺合适。

A: Phòng em có những tiện nghi gì?   你们宿舍都有些什么设施呢?

B: Phòng em có giường, bàn ghế, tủ quần áo, điều hòa, bình nước nóng v.v.
我们宿舍有床、桌椅、衣柜、空调、热水器等。

A: Ừ, thế cũng đầy đủ rồi đấy.   嗯，挺齐全的。

B: Dạ,vâng ạ.   是的。

A: Thế các em cùng ở một phòng có hòa thuận không?
那你们同住一个房间相处得好吗?

B: Dạ, vâng ạ. Chúng em bốn người đến từ bốn nơi khác nhau là Sơn Đông, Trùng Khánh, Đảo Hải Nam và Nam Ninh. Cho nên lúc đầu thói quen sinh hoạt cũng khác nhau rất nhiều, ví dụ bạn Minh đến từ Sơn Đông, suốt ngày chỉ thích ăn món mì; Bạn Hùng đến từ Trùng Khánh, khi ăn cơm đều chọn những món cay; còn bạn Phong đến từ Đảo Hải Nam, ban đêm hay ra ngoài ăn đêm và uống bia; còn em là dân gốc ở đây thì chẳng sao. Nhưng bây giờ bọn em ở lâu cũng quen dần rồi.
是的。我们四个人来自四个不同的地方：山东、重庆、海南岛和南宁。所以开始的时候，生活习惯也很不相同，比如来自山东的阿明整天就喜欢吃面食，来自重庆的阿雄吃饭的时候都选那些辣的，而来自海南岛的阿锋夜晚常常出去吃夜宵和喝啤酒，而我是本地人就没什么了。但现在我们住久也慢慢习惯了。

A: Thế các em càng phải khoan dung, thông cảm cho nhau mới được.

那你们更要互相包容、互相理解才行。

B: Vâng ạ. Chúng em cũng thường xuyên học tập nhau thầy ạ. Ví dụ em hay sửa âm cho các bạn khác, còn các bạn khác cũng giúp đỡ em học tiếng Anh ạ.

是的，我们常常互相学习呢，比如我常常给他们纠正读音，而他们也常常帮助我学英语。

A: Ừ, thế thì tốt quá. Là bạn học thì phải giúp đỡ nhau để cùng tiến bộ.

嗯，那就好了。作为同学就要互相帮助，共同进步。

Tình huống 2　Thuê phòng ở nhà nghỉ
情景 2　在旅馆租房

A: Chào các em. Các em thuê phòng à? 你们好。你们要住宿吗？

B: Dạ, vâng ạ, chúng em muốn thuê phòng. Ở đây còn phòng trống không ạ?

是的，我们要租房住宿。这里还有空房吗？

A: Vẫn còn thôi. Các em có mấy người? Cần phòng như thế nào?

还有的。你们有几个人？需要什么样的房间？

B: Chúng em có bốn người, đều là con gái. Chúng em muốn thuê một phòng tiêu chuẩn hai người được không? Chỉ cần đủ các tiện nghi cơ bản là được rồi.

我们有四个人，都是女生。我们想要一个双人标准间可以吗？只要各种基本设施齐全就可以了。

A: Ừ, phòng chúng tôi sạch, đẹp, mới và đủ tiện nghi. Nhưng các em có bốn người, sao lại chỉ thuê một phòng tiêu chuẩn hai người?

哦，我们的房间干净、漂亮、新，并且设施齐全。但你们有四个人，为什么只要一个双人标间呢？

B: Vì chúng em vẫn là sinh viên, chỉ ra đây du lịch ba lô thôi, nên chúng em phải tiết kiệm tiền anh ạ. Được không? Chúng em bốn đứa con gái ở chung một một phòng tiêu chuẩn được không? Chúng em có thể hai người ngủ một dường, được không anh?

因为我们还是学生，只是出来穷游而已，所以我们需要节约费用。可以吗？我们四个人一起住一个标间可以吗？我们可以两个人睡一张床，行吗？

A: Thế à? Cũng được. Thực ra thuê phòng ở nhà anh có hai cách tính tiền, tính theo phòng và tính theo đầu người. Tính theo phòng thì một phòng tiêu chuẩn là 1 triệu đồng một ngày, có món sáng. Còn tính theo đầu người thì hai người ngủ một dường, mỗi người 300 nghìn một ngày, không có món sáng. Nhưng nói chung, tính theo đầu

第一课 住房－宾馆

người vẫn rẻ hơn nhiều so với cách tính theo phòng.

这样啊，也可以。其实在我们家租房有两种付费方法，即按房间付费和按人头付费。按房间付费的话，标间是一天1兆越盾，包早餐；而按人头付费的话，两个人睡一张床，每个人每天30万越盾，不包早餐。但总的来说，按照人头付费还是比按房付费要便宜得多。

B: Vâng, thế chúng em tính theo đầu người vậy, tiết kiệm được đồng nào hay đồng ấy.

嗯，是的，那我们就按照人头付费吧，节约一分是一分。

A: Ừ, các em ở đây mấy ngày? 嗯，你们要在这里住几天？

B: Còn chưa biết chừng, chắc 1 ngày thôi, nhưng nếu chơi vui thì ở thêm 1 ngày ạ.

还没定，大概一天吧，但如果好玩的话也可能多住一天。

A: Ừ, Vịnh Hạ Long mà, "Quế lâm trên biển" đấy, các em chơi ở đây sẽ thấy vui thôi. Cách đây không xa còn có đảo Cát Bà cũng đẹp lắm đấy, các em có thể nhân tiện đi chơi luôn đấy.

嗯，下龙湾嘛，"海上桂林"呢，很好玩的，你们在这里玩肯定会觉得很好玩的。离这里不远还有吉婆岛，也很美的，你们可以顺便过去玩一下呀！

B: Thế à? Nhưng bọn em còn chưa biết đi như thế nào cơ.

这样当然好，但我们还不知道该怎么去呢。

A: Không sao đâu, anh có thể hỏi hộ các em, mỗi ngày đều có tàu đến Đảo Cát Bà cơ mà. Anh sẽ chỉ dẫn cho các em cách mua vé đi đảo Cát Bà. Vậy, anh đặt phòng hai ngày cho các em đã nhé. Làm ơn cho anh mượn hộ chiếu (passport) của các em để đăng ký nhé.

没关系，我可以帮你们问一下，每天都有船去吉婆岛。我会告诉你们买票去吉婆岛的方法。那么，我先给你们预定两天的房间吧。麻烦把你们的护照给我登记一下。

B: Vâng, hộ chiếu của chúng em đây. 好的，这是我们的护照。

A: Cảm ơn. Xếp cho các em phòng ở tầng giữa, phòng 302 nhé. Từ trong phòng có thể nhìn thẳng ra biển đấy. Chìa khóa đây.

谢谢。给你们安排中间层302号房间。从房间里可以直接看到大海呢。这是钥匙。

B: Có phải đặt cọc trước không? Đặt cọc bao nhiêu tiền?

要先交定金吗？要预付多少钱？

A: Có, các em hãy đặt cọc 2 triệu đã nhé. 需要，你们先预付两兆越盾吧。

B: Vâng ạ, tiền đây, xin gửi anh. 好的，给你钱。

A: Rồi, gửi em biên lai nhận tiền đặt cọc. Khi trả phòng thì mới tính tiền chính xác, thừa thiếu bù sau. Này, xin trả lại hộ chiếu cho các em. Nhưng các em nhớ là khi ra ngoài, các em nhất định phải mang theo tất cả những đồ quý giá của các em, bao gồm hộ chiếu của các em nhé.

好的，这是房间押金的收据。退房的时候再结账，多退少补。给，还给你们护照。但你们要记得，外出时一定要带上你们所有的贵重物品，包括你们的护照哦。

B: Vâng, cảm ơn. Anh nghĩ chu đáo quá.　好的，谢谢。你想得真周到。

TỪ MỚI 生词

1	tiện nghi 设备	10	thuê phòng 租房
2	bình nóng lạnh 热水器	11	trống 空的
3	đầy đủ 齐全；充足	12	tiêu chuẩn 标准
4	hòa thuận 和睦	13	ba lô 背包
5	suốt ngày 整天	14	tiết kiệm 节省
6	dân gốc 本地人	15	chỉ dẫn 指引
7	khoan dung 宽容、包容	16	chìa khóa 钥匙
8	thông cảm 理解	17	đặt cọc 定金，押金
9	thường xuyên 经常，常常	18	thừa thiếu bù sau 多退少补

II. Ghi chú ngữ pháp 语法注释

1. cùng, chung 的区别用法。

cùng 和 chung 都有"共同"的意思，区别在于：

(1) cùng 放在动词前，chung 放在动词后，如：*cùng* ở một phòng = ở *chung* một phòng 同住一间房，*cùng* ở một lớp = ở *chung* một lớp 同在一个班。

(2) 但二者并不是什么时候都能互相替换，而是常常各有分工，如：可以说 *cùng* tiến bộ，不能说 tiến bộ *chung*；可以说 *cùng* học tập，不能说 học tập *chung*；可以说 *chung* sức nhau，而不能说 *cùng* sức nhau.

(3) 二者也可以连在一起使用，成为 cùng chung，常常用在志向、感情方面有共同的方向，如：*cùng chung* chí hướng 共同的志向，*cùng chung* hoạn nạn 患难与共，*cùng chung* quê hương 来自同一个家乡，*cùng chung* đất nước 来自同一个祖国。

(4) 而表示"一起、共同"做某事的话，则用 cùng nhau，如：*cùng nhau* học tập 共同学习，*cùng nhau* cố gắng 共同努力。

第一课　住房－宾馆

2. trước, sau, giữa 等方位名词的特殊用法。

　　trước, sau, giữa 等都是表示方位的名词，分别表示"前""后""中间"的意思。但它们也还有一些特殊的用法如下：

(1) trước, sau, giữa 和后边的名词或名词性词组组成方位结构，表示处所或时间，如：

　　-*Trước khi* đi bộ đội, mình sẽ đến thăm cậu một lần nữa.

　　在去参军之前，我会再来看你一次。

　　-Tớ nên xếp ở *sau* bạn nào nhỉ? 我该排在哪位同学后面呢？

　　-Sau *khi* tan làm, anh mời em đi ăn cơm được không?

　　下班之后，我请你吃饭可以吗？

　　-*Giữa lúc* chúng tôi đang thảo luận sôi nổi, có hai người lạ bước vào.

　　正当我们热烈讨论的时候，有两个陌生人进来了。

(2) trước, sau, giữa 放在动词或动补词组后边作状语，表示时间或处所，如：

　　-Có phải đặt cọc *trước* không? 要先交定金吗?

　　-Anh đứng *trước*, em đứng *giữa*, chị Hoa đứng *sau*.

　　你站前面，我站中间，阿华站后面。

　　-Vấn đề này hơi phức tạp, các bạn có thể tự nghiên cứu *trước*, chúng ta sẽ cùng thảo luận *sau*.

　　这个问题有点复杂，你们可以先自己研究，之后咱们再一起讨论。

　　-Chúng ta nên giải quyết vấn đề ăn ở *trước* rồi mới đến các vấn đề khác *sau*.

　　咱们应该先解决吃住的问题，然后再解决其他问题。

　　-Chúng tôi dãn ra thành một hàng ngang. Thầy giáo đi *giữa*, cầm tay tôi và bạn Mai.

　　我们分开排成一行。老师走在中间，握着我和阿梅的手。

(3) 放在名词后边作定语，表示时间或处所，如：

　　-Người *trước* ngã xuống, người *sau* tiến lên.

　　前面的人倒下了，后面的人又继续前进（前仆后继）。

　　-Mọi người đều phải ngồi theo thứ tự *trước sau*. 大家都要按照先后顺序坐好。

　　-Anh đi theo đường *giữa* nhé. 你顺着中间那条路走吧。

　　-Tất nhiên phải xếp hàng chứ. Cậu đứng vào hàng *giữa* kia đi.

　　当然要排队啊。你排到中间那行去吧。

3. 序数词的用法。

(1) 在越语中，序数词的通常表示方法为：thứ/số+ 数字。Thứ 类似汉语的"第"，表示根据一定标准排列出来的顺序。而 số 类似汉语的"号"，表示为了识别而排列的号码。如：Vấn đề thứ nhất 第一个问题，lần thứ tư 第四次，bài số mười

hai 第十二课, phòng số 302 三零二号房, nhà số 5 五号楼, cầu thủ số 9 九号球员。

+ 注意："第一" 必须读 thứ nhất, 而不能是 thứ một; "第四" 是 thứ tư, 而不是 thứ bốn。但 số 1, số 4 仍读 số một, số bốn。

(2) 在一些场合，序数词还可以直接用"名词+数字"表示，如：học kỳ hai 第二学期, hạng nhất 头等, lớp chín 九年级（初四）, tập 20 第二十集, bài 15 第十五课, hị hai 二姐, anh ba 三哥。

+ 有时候也可以用借自汉语的数词，如：giải nhất 一等奖, giải nhì 二等奖; 但从三等奖开始不再借用汉语数词，如：giải ba, giải bốn。

(3) 询问序数词时，询问十以下的数字常用 thứ mấy, số mấy, 询问十以上的数字用 thứ bao nhiêu, số bao nhiêu, 如：

① -Các em học đến bài *thứ/số* mấy rồi? 你们学到第几课了？

-Dạ, chúng em học đến bài *thứ/số* tám rồi ạ. 我们学到第八课。

② -Em ở phòng *số* bao nhiêu? 你住多少号房间？

-Dạ, em ở phòng *số* 205 ạ. 我住 205 号房。

III. Kiến thức mở rộng   扩充知识

1. Quảng cáo cho thuê nhà 房子出租广告：

(1) Cho thuê phòng cao cấp khu chung cư gần chợ, gần trung tâm Q.1, dân trí cao. 7x4=28m2, đủ tiện nghi, gồm máy nóng lạnh, tivi, truyền hình cáp, Internet, bình nước nóng, bàn ghế, tủ, giường hai người, toa-lét riêng. 4tr/tháng. Miễn TG. LH: Cô Vân 0908165818.

(2) Cho thuê nhà 3T mặt đường Xuân Thuỷ, tiện làm VP hoặc kinh doanh, đủ tiện nghi, có nhà vệ sinh và bếp, 30tr/tháng. LH: 24/227 đường Xuân Thuỷ, Q. Cầu Giấy, HN. Anh Tuấn: 4-544 8683 0984772899

(3) Phòng cho nữ SV/CNV thuê ở ghép, nhà đẹp, ưu tiên người đi làm, 800N/ng/th, không nấu ăn. LH: 91/2 T.B.Trọng, sau P.2, Q.5, Tel. 9237780.

(4) Cho thuê nhà MP Kim Liên mới, MB 75 m2 x 4T, hai mặt đường NB 6m, mới xây, TK hiện đại, tiện làm Cty, showroom, nhà hàng, cafe fastfood, gần ngã tư Tôn Đức Thắng, địa điểm KD sầm uất, có tầng hầm để xe, hè rộng, giá 5000$ /th, đóng 6th/1, ưu tiên HĐDH. LH: BĐS Sao Việt, 0904859916.

(5) Cho SV-CNV nam ở ghép 1 tr/ng/th, 1 nữ ở ghép 750N /ng, bao ĐN, đủ TN, Internet, TH cáp, tất cả giờ TD, có chỗ để xe, nấu ăn, trong Làng Sinh Viên Hasinco. LH: 0909030526-Chị.Trang.

2. Quảng cáo cần thuê nhà 求租广告：

(1) Cần thuê văn phòng

Hàng không Việt Nam cần thuê mặt bằng để bán vé máy bay và làm các dịch vụ hàng không như sau:

-Địa điểm: các khu phố lớn, ưu tiên tại quận 1 hoặc quận 3;

-Diện tích: từ 60-100m2. Chiều rộng: tối thiểu 5 mét;

-Lưu ý: có chỗ treo biển hiệu, đậu ôtô & xe máy.

Liên hệ: 49 Trường Sơn, P.2, Quận Tân Bình, TP.HCM

Email: haihk.sro@vietnamair.com.vn

Tel: 8 446 667 (ext 7774 7675) Fax: 8 446 710

(2) Cần thuê nhà làm CH ăn uống, bia hơi, trong các quận nội thành, yêu cầu đông dân, có chỗ để xe, 20-30 triệu. LH: Anh Chiến, 36524887, 01696476784.

(3) Cần thuê nhà riêng hoặc CC cho hộ GĐ ở, DT 50-80 m2, HĐDH, khu Q. Ba Đình, Đống Đa, Tây Hồ, 5-6 triệu. Tel: 0917908889 từ 14h-20h.

IV. Bài tập   练习

1. 请根据本课内容，围绕"你住哪里？你们宿舍怎么样？这个宾馆怎么样？"等话题进行对话练习。

2. 请根据实际情况回答以下问题，同时进行口头对话练习。

   (1) Cho cô hỏi, em ở phòng nào đấy? Phòng em có mấy người và có những ai?

   _____
   _____

   (2) Phòng em có những tiện nghi gì đấy?

   _____
   _____

   (3) Các em mấy người cùng ở một phòng? Bình thường các em sống có hòa thuận không?

   _____
   _____

   (4) Em có thích đi du lịch không? Em thích đi du lịch một mình hay là thích đi với những ai?

   _____
   _____

(5) Em đã từng đi du lịch ba lô lần nào chưa? Em thấy đi du lịch ba lô đắt nhất là cái gì?
_____
_____

(6) Khách sạn đẹp nhất mà em đã từng thuê là khách sạn gì? Phải mất bao nhiêu tiền một đêm?
_____
_____

(7) Nhà trọ（民宿）hoặc nhà nghỉ（小旅馆）rẻ nhất mà em từng thuê là nhà ở đâu? Giá thuê phòng là bao nhiêu tiền một đêm?
_____
_____

(8) Nếu em và bạn em muốn đi du lịch ba ngày hai đêm trong những ngày nghỉ quốc khánh, phải thuê phòng ở khách sạn hoặc nhà trọ, các em sẽ thuê phòng bằng cách gì và sẽ thuê một phòng như thế nào?
_____
_____

(9) Nghỉ hè, nếu em và bạn em muốn thực tập ở một thành phố khác, phải thuê nhà, các em sẽ thuê nhà bằng cách gì và sẽ thuê một nhà như thế nào?
_____
_____

3. 请参照语法注释部分翻译以下句子，注意画线部分的越语表达法。

(1) 我和来自泰语班、缅甸语班的其他5名同学同住一个宿舍，但我们基本上都能和谐相处。
_____
_____

(2) 作为同宿舍的舍友，咱们要互相帮助，互相照顾，共同学习，共同进步，绝不落下（bỏ rơi）任何一个人。
_____
_____
_____

第一课　住房－宾馆

(3) 咱们都是同班同学，咱们要同舟共济（đồng lực chung sức），共同克服困难，创建一个和谐、团结的先进班集体。

_____
_____
_____

(4) 下午放学之后，咱们俩一起去饭堂吃饭好吗？

_____

(5) 虽然他们俩都来自同一个祖国和同一个家乡，但他们有着不同的志向。

_____
_____

(6) 正当我们在自修室安静地自习的时候，忽然有两个陌生人闯了进来。

_____
_____

(7) 请各位排好队，并按照先来后到的顺序进行登记。

_____

(8) 这个问题我也从来没有碰到过，让我先回去好好研究，然后再答复你。

_____

(9) 在越南，外国人在宾馆租房需要预交定金吗？

_____

(10) 房中央摆放着一张大圆桌，圆桌周围则摆放着很多椅子。

_____
_____

(11) 在这次全国大学生越南语演讲比赛中，我是第18号选手，最后我获得了二年级组一等奖。

_____
_____
_____

4. 假设留学结束了，暑假两个月你和你的朋友想继续留在越南实习，需要租房，请看看上面出租广告中哪处房合适你们，为什么？

5. 李老板想到越南开发化妆品的市场，需要租一套房子，要求：一楼可以做铺面，二楼以上用于住人，家具齐全。请你为他拟一个求租广告以刊登在《买卖》报上。

BÀI 2   HỌC TẬP – CÔNG TÁC
第二课   学习－工作

I. Hội thoại   会话

Tình huống 1   Làm quen với bạn Việt Nam
情景 1   认识越南朋友

A: Chào bạn. Xin hỏi, chị Thanh Vân có phải ở phòng này không ạ?
   你好。请问，青云姐是住在这间宿舍吗？

B: Ừ, mình Thanh Vân đây. Hai bạn tìm mình có việc gì không?
   哦，我就是青云。你们两位找我有什么事吗？

A: À, mình tên là Thu Linh. Mình là sinh viên chuyên ngành tiếng Việt Nam trong trường mình. Đây là bạn Mai cùng lớp mình. Các bạn mới từ Việt Nam sang đây học, chắc còn bỡ ngỡ với mọi mặt ở đây. Lớp mình sẽ tổ chức cuộc gặp mặt liên hoan giữa sinh viên Trung Quốc và Việt Nam vào tối thứ sáu tuần này. Cô Bình báo cho mình biết bạn là lớp trưởng và trưởng đoàn, bảo hai đứa chúng mình đến tìm bạn và mời các bạn đến dự hoạt động đấy ạ.
   哦，我叫秋玲。我是咱们学校越南语专业的学生。这是我的同班同学阿梅。你们刚从越南过来这里留学，大概在很多方面还不太熟悉。本周五晚上我们班有组织一次中越学生见面联欢会。萍老师告诉我说你是班长和团长，让我们两个来找你并且邀请你们班同学来参加呢。

B: À, thế à, hay quá. Mời hai bạn vào phòng nói chuyện.
   哦，这样啊。太好了。请两位进来说话。

A: Vâng ạ. Có phải bỏ giầy không?   好的。需要脱鞋吗？

B: Thôi, không cần đâu. Hai bạn vào đi, vào đi. Mời hai bạn ngồi chơi tự nhiên nhé.
   算了，不用了。两位请进，进来。请随意坐，别客气啊。

A: Vâng ạ, cảm ơn nhé. Lớp bạn có bao nhiêu người?
   好的，谢谢。你们班有多少人？

B: Lớp mình có 18 người, 5 bạn nam và 13 bạn nữ. Còn lớp các bạn có bao nhiêu người?
   我们班有18个同学，5个男生和13个女生。（那）你们班有多少人呢？

第二课　学习－工作

A: Lớp mình có 24 người. Bạn thống kê xem có phải tất cả các bạn đều đến dự hoạt động không nhé?

我们班有24人。你统计一下看你们班是否全班同学都来参加活动。

B: Cuộc gặp mặt liên hoan sẽ được tổ chức vào mấy giờ và ở đâu?

这个见面联欢会几点在哪里举办呢?

A: 19h 30 tối thứ sáu tuần này, ở Trung tâm Hoạt động Sinh Viên, ngay cạnh nhà ăn sinh viên nhé.

这个周五晚上七点半，在大学生活动中心，就在学生饭堂的旁边。

B: Hoạt động gặp mặt sẽ được tổ chức thế nào? Lớp mình có phải chuẩn bị tiết mục gì không?

这个见面会将以什么形式组织呢？我们班需要准备什么节目吗？

A: Cuộc gặp mặt liên hoan đầu tiên, đơn giản thôi. Chủ yếu là để tạo cơ hội cho sinh viên Trung Quốc và Việt Nam lần đầu tiên gặp mặt và làm quen với nhau. Sinh Viên hai bên sẽ ngồi xen nhau, vừa nói chuyện vừa ăn hoa quả đồ vặt, trong đó cũng có một số tiết mục biểu diễn hoặc trò chơi, cho nên tốt nhất là lớp các bạn cũng chuẩn bị một số tiết mục biểu diễn nhé.

这是首次见面联欢会，比较简单。主要是为了给中越学生创造机会见面并互相认识。双方学生将穿插着坐，一边聊天一边吃点水果零食之类的，其间也会有一些表演节目或游戏，所以最好你们班也准备一些表演节目呗。

B: OK, không vấn đề.　OK，没问题。

Tình huống 2　Gặp lại bạn cũ ở Hà Nội
情景2　在河内见到老朋友

A: Ôi, chị Vân, em chào chị ạ.　呀，阿云姐，你好啊!

B: Ôi, Lê Phương, chào em. Thật là bất ngờ được gặp em ở đây.

噢，黎芳，你好。能在这里见到你真是想不到啊!

A: Vâng ạ, thế giới nhỏ bé thật, được gặp chị ở đây em cũng rất ngạc nhiên. Chị học ở TP. Hồ Chí Minh cơ mà. Cơn gió nào đưa chị đến thủ đô Hà Nội vậy?

是啊，这世界真小！在这里见到你我也很惊讶！你不是在胡志明市学习的吗? 是什么风把你吹到首都河内来了?

B: Ồ, chị đã tốt nghiệp được nửa năm rồi mà, bây giờ chị ra Hà Nội công tác đấy. Còn em? Em sang Việt Nam du lịch đấy à?

哦，我已经毕业半年了，现在正出差到河内。你呢？你来河内旅游的吗？

A: Đâu có. Bây giờ em đang du học ở đây cơ mà. Em học ở đây đã hơn 4 tháng rồi ạ.
哪里。我现在在这里留学，我来这里留学已经4个多月了。

B: Ồ, thời gian trôi qua nhanh thật, từ ngày chúng ta làm quen với nhau đến nay, thoắt đã hai năm trôi qua rồi.
噢，时间过得真快！自从咱们认识到现在，转眼间已经两年了。

A: Đúng vậy, đúng như câu thành ngữ mà người Trung Quốc thường nói: ngày tháng thoi đưa. Nhớ lại lần đầu tiên làm quen với chị, lúc đó em còn đang đi học năm thứ nhất, giờ em đã sang Việt Nam du học được 4 tháng rồi.
是呀，正如中国人常说的成语"日月如梭"啊！记得第一次见到你，那时候我还在读大一，现在我已经来越南留学4个月了。

B: Em đang học trường nào? 你现在在哪个大学学习呢？

A: Dạ, em đang học ở trường Đại học Hà Nội ạ. 哦，我在河内大学学习。

B: Em học ở khoa nào? 你在哪个系学习呢？

A: Dạ, em học ở khoa Việt Nam Học ạ. 我在越南学系学习。

B: Em thấy các thầy cô giáo Việt Nam dạy thế nào?
你觉得越南老师教得怎么样？

A: Em thấy các thầy cô giáo dạy chúng em đều rất giỏi. Phần lớn các thầy cô đều thông thạo tiếng Trung Quốc, khi dạy các hiện tượng khó khăn họ đều có so sánh đối chiếu với tiếng Trung Quốc, nên bọn em tiếp thu cũng tương đối dễ ạ.
我觉得教我们的越南老师都很好。他们大部分都精通汉语，教各种难点的时候他们都跟汉语进行对照对比，所以我们接受也相对容易一些。

B: Nhà trường có hay tổ chức hoạt động gì cho các em không?
学校常常给你们组织些什么活动吗？

A: Có ạ, nhiều lắm, ví dụ có những hoạt động gặp mặt liên hoan giữa sinh viên Việt Nam và lưu học sinh nước ngoài, cắm trại, những buổi dạ hội sinh viên, dạ hội chào mừng năm mới, còn có những cuộc thi nhịp cầu Hán ngữ, thi nói giỏi tiếng Việt Nam, thi Nữ sinh thanh lịch và cả Miss HANU (hoa khôi Đại học Hà Nội) nữa, thú vị lắm đấy.
有啊，很多，比如说越外学生见面联欢会、露营活动、大学生晚会、迎新晚会，还有汉语桥比赛、越南语演讲比赛、女生礼仪大赛和河内大学选美比赛等，都很有趣！

B: Ở Hà Nội, các em đã đi tham quan nơi nào chưa?
在河内，你们去参观哪些地方了没有？

A: Có ạ. Chuyến tham quan đầu tiên của chúng em là dạo quanh Hà Nội do khoa tổ chức. Lúc đó chúng em nghe tiếng Việt vẫn khó lắm, nên khoa cử một anh sinh viên

Việt Nam học tiếng Hán ở khóa trên đi cùng để dịch lời thuyết minh của hướng dẫn viên sang tiếng Hán. Còn sau đó, sau khi chúng em học được mấy bài viết về Hà Nội, cô chủ nhiệm lớp lại đưa chúng em đi tham quan các cảnh điểm Hà Nội một lần nữa. Lần này thì thú vị lắm vì chúng em có thể nghe hiểu thuyết minh bằng tiếng Việt rồi.

有啊。我们第一次参观是由系里组织在河内参观。那时候我们听越南语还比较困难，所以系里派了一个学中文的越南学长一起去并把越南导游的介绍翻译成汉语。后来，在我们学完关于介绍河内的几篇文章之后，我们的班主任又带我们去参观了一次河内景点。这一次就很有意思了，因为我们可以听懂越南语的介绍了。

B: Thế à, hay nhỉ. Còn các bạn khác trong nhóm Lê Phương mà chị quen ở Quảng Tây có sang Việt Nam du học không?

是吗？真好。那我在广西认识的另外那几个同学都来越南留学了吗？

A: Có chứ. Băng băng cùng em học ở trường Đại học Hà Nội, Trần Cường và Hoàng Hải Tuấn học ở trường Đại học Ngoại Ngữ quận Cầu Giấy, còn Thu Linh thì học ở trường Đại học Khoa học Xã hội và Nhân văn Đại học Quốc gia Hà Nội với tư cách sinh viên trao đổi.

是的。冰冰和我在河内大学学习，陈强和黄海俊在纸桥郡的外语大学学习，而秋玲则以交换生的身份在河内国家大学所属社会与人文科学大学学习。

B: Thế à? Nếu được gặp lại các bạn thì hay quá nhỉ?

是吗？如果能在河内再见到大家就好了。

A: Ôi, bọn em đang định tổ chức cuộc gặp mặt vào thứ bảy tuần này đấy, chị cũng đến dự nhé.

噢，我们正计划在这个周六组织一次见面会呢，你也来参加吧。

B: Thế thì hay quá còn gì?那就再好不过了。

TỪ MỚI 生词

1	bỡ ngỡ 生疏，陌生；不知所措	7	chuẩn bị 准备
2	gặp mặt 见面；会面，会晤	8	tiết mục 节目
3	liên hoan 联欢	9	đơn giản 简单
4	trưởng đoàn 团长	10	tạo cơ hội 创造机会
5	nói chuyện 说话，聊大	11	xen 插入，穿插
6	thống kê 统计，计算	12	đồ vặt 零食

13	trò chơi 游戏	28	tương đối 相对
14	bạn cũ 老朋友；老同学	29	cắm trại 露营，露宿
15	bất ngờ 意外，不料想	30	dạ hội 晚会
16	nhỏ bé 小小的	31	chào mừng 欢迎，迎接
17	ngạc nhiên 惊讶，惊愕	32	cầu Hán ngữ 汉语桥
18	trôi qua （时间）流逝	33	thi nói giỏi 演讲比赛
19	thoắt 瞬间，转眼间	34	thanh lịch 礼仪
20	thành ngữ 成语	35	Miss HANU 选美比赛
21	ngày tháng thoi đưa 日月如梭	36	cử 选举，选派
22	phần lớn 大部分	37	lời thuyết minh 说明书，说明，介绍
23	thông thạo 熟练掌握，精通	38	nhóm 组，小组
24	hiện tượng 现象	39	Cầu Giấy 纸桥（河内的一个郡）
25	so sánh 比较	40	tư cách 资格，身份
26	đối chiếu 对照	41	sinh viên trao đổi 交换生
27	tiếp thu 接收；接受		

II. Ghi chú ngữ pháp   语法注释

1. 词组 "làm sao...được" 的用法。

 làm sao...được 相当于汉语的 "怎么行，怎么能，怎么可以"，表示无法做某事，有三种句式：

(1) 主语 +làm sao (mà)+ 动词 +được，如：

 -...thịt và máu thì *làm sao mà* ăn sống *được*? ……肉和血怎么能生吃呢？

 -Tôi làm sao mà biết được ông ấy là ai. 我怎么知道他是谁？

 -Va-li này nặng thế, một mình em làm sao mà khiêng được!
 这个行李箱那么重，我一个人怎么扛得动！

(2) 主语 + 动词 +làm sao được，与上相比，主语和谓语都前置，此时 mà 省略掉，如：

 -Va-li này nặng thế, một mình em khiêng làm sao được!
 这个行李箱那么重，我一个人怎么扛得动呢！

第二课　学习－工作

-Thời tiết ở đây nóng thế này, không có điều hòa thì sống làm sao được.

这里的天气这么热，没有空调怎么活呢。

(3) làm sao (mà) + 主语 + 动补 + được，如：

-*Làm sao mà* chị ấy nói thế được. 她怎么能这样说呢。

-*Làm sao mà* nó ăn nhiều thế được. 他怎么能吃这么多！

2. 辅助单位词 cái, sự, điều, niềm, việc, cuộc, buổi 的区别用法。

(1) 辅助单位词 cái 放在形容词或动词前，可以使之名物化，泛指一种性质或一种行为。如：

-Rẻ hay đắt thì không sao, *cái* chính là xem nó có phù hợp với tôi hay không.

是便宜还是贵倒无所谓了，重要的是要看它合适不合适我。

-Phát huy những *cái* hay, *cái* đẹp, bài trừ những *cái* dở, *cái* xấu.

发扬那些好的、美的，摒弃那些坏的、丑的。

-Ông ta rất giản dị, không bao giờ cầu kỳ về *cái* ăn, *cái* mặc.

他生活很简朴，在穿着方面从不讲究。

(2) 辅助单位词 sự 通常放在动词或形容词前，可以使之名物化，表示一种事情或状态。如：

-Dưới *sự* nhiệt tình giúp đỡ của các bạn, tôi mới vượt qua được khó khăn này.

在你们的热情帮助下，我才度过了这个困难。

-*Sự* đoàn kết chặt chẽ của các dân tộc nước ta là một *sức* mạnh vô địch.

我国各民族人民的紧密团结是一种无敌的力量。

-Các cháu được hưởng *sự* may mắn đó là nhờ *sự* hy sinh của biết bao đồng bào.

你们能够享有今天的幸福生活是许许多多同胞用生命换来的。

(3) *điều* 常常表示"……的是"，用以引出要说的内容，有时在其后面还可以加上 mà，如：

-Có *điều* đáng nói là, vì trời nóng, người Việt Nam thích ăn các món nhạt, ít dầu, món chua.

值得一提的是，由于天气炎热，越南人喜欢各种清淡的菜，喜欢油少的和酸的食物。

-*Điều mà* tôi muốn nhấn mạnh là, chúng ta phải đoàn kết một lòng để vượt qua mọi khó khăn.

我想强调的一点是，咱们要团结一致，克服一切困难。

-*Điều* đó nói thì dễ, làm thì khó. 这一点说起来容易，做起来难。

(4) *niềm* 一般放在表示积极感情的形容词或表示心理活动的动词前，使之名物化，如：

-Cùng với *niềm* vui vẻ xen lẫn *sự* tò mò, 329 thành viên từ 11 quốc gia Đông Nam Á và Nhật Bản đã đến Việt Nam giao lưu tham quan và thực hiện chương trình "Homestay Việt Nam."

怀着愉悦而好奇的心情，来自东南亚和日本共11个国家的329个大学生成员来到越南进行参观交流，参加"家庭寄宿越南行"活动。

-Chiến thắng Điện Biên Phủ đã làm cho tất cả người dân Việt Nam trong lòng tràn đầy *niềm* tin tưởng và *niềm* hy vọng.

奠边府战役的胜利使得越南人民心中充满了信心和希望。

-Nghe tin đó, ông ta không nén nổi *niềm* vui và *sự* xúc động trong lòng.

听到那个消息，他抑制不住内心的高兴和激动。

-Dưới *sự* khuyến khích của thầy giáo, cậu Hùng đã lấy lại *niềm* tin.

在老师的鼓励下，小雄又充满了信心。

(5) *việc* 本身是名词，意思是"工作""事情"，如 làm việc, việc quan trọng。但它还可以作辅助单位词，放在动词或动补词组前，常常表示一种长期的行为或工作。如：

-Chúng tôi thật vui được góp phần vào *việc* phát triển nông nghiệp của Tổ quốc.

我们很高兴能够为祖国的农业发展事业作贡献。

-Bố mẹ tôi rất quan tâm *việc* học tập của tôi. 我的父母很关心我的学习。

-Tôi rất quen thuộc với *việc* ăn uống ở quê tôi. 我很熟悉我家乡的饮食。

(6) *cuộc* 通常放在动词前，使之名物化，表示一种有组织、有计划、有一定过程的行为。如：một cuộc chiến tranh 一场战争，cuộc hội nghị（一次）会议，cuộc đàm phán（一次）谈判，cuộc thi đấu bóng đá（一场）足球比赛。

-*Cuộc* tranh luận mỗi lúc càng thêm gay go, mỗi người một lí, không ai chịu ai.

争论越来越激烈了，各抒己见，谁也不服谁。

-*Cuộc* gặp mặt liên hoan đầu tiên, đơn giản thôi.

这是首次见面联欢会，挺简单的。

(7) *buổi* 可放在时间词前，表示一段时间，如：buổi sáng 早上，buổi chiều 下午，buổi tối 晚上；也可以放在动词前，使之名物化，表示一段时间，时间可长可短，如：buổi liên hoan 一次联欢，buổi họp=cuộc hội nghị（两种说法都可以）。

-Hôm nay tôi có hai *buổi* học. 今天我有两次课。

-Vì kế hoạch có thay đổi, *buổi* họp hôm nay lùi lại đến tuần sau.

由于计划有变，今天的会议推迟到下周。

第二课　学习－工作

III. Kiến thức mở rộng 扩充知识

越南语词的重叠

在越南语中，名词、动词、形容词都有其特殊的重叠形式。

1. 名词的重叠

一些名词重叠后可以表示多数、数量多，重叠的方式主要有三种：

(1) **A→AA**: 表示全体，有"每一"的意思，指时间的词重叠后还有连续的意思，如：người người（人人），tối tối（每天晚上），nhà nhà（家家），lớp lớp（每个班），nơi nơi（每个地方），chốc chốc（不时），tháng tháng（月月），ngày ngày（天天），sáng sáng（每天早上），chiều chiều（每天下午），đời đời（累世），kiếp kiếp（世世代代）。例如：

-*Người người* thi đua, *ngành ngành* thi đua. 人人竞赛，行行竞赛！

-Từ đó trở về sau, hai vợ chồng *chiều chiều* ra đứng ở ngõ đầu làng chờ con về.

从那以后，夫妻俩每天下午到村口处站在那里等孩子回来。

(2) **A→A nào A ấy/nấy**: 表示全体。表示时间和抽象概念的词一般不能这样重叠。如：nhà nào nhà nấy（家家户户），trường nào trường ấy（每个学校），nhà máy nào nhà máy ấy（每个工厂）等。例如：

-Tháng này là tháng hoạt động văn hóa ngoại ngữ, trong khoa ngoại ngữ, *người nào người ấy* đều hăng hái tham gia hoạt động. 这个月是外语文化活动月，在外语系，人人都积极参加活动。

-Ở Việt Nam, hễ đến ngày hai mươi ba tháng chạp, *nhà nào nhà ấy* đều quét dọn sạch sẽ, trang trí nhà cửa để đón chào năm mới.

在越南，一到腊月二十三，家家户户都打扫卫生，装饰房屋，以迎接新春。

(3) **A→những A là A**: 表示不定多数，有强调的意味。如：

-Ở trên đường toàn *những xe máy là xe máy*. 马路上到处都是摩托车。

-Ở đây chỉ còn *những sách là sách*. 这里全都是书！

类似的重叠形式还有 những người là người（除了人还是人），những ô-tô là ô-tô（除了汽车还是汽车）等。

2. 动词的重叠

在越南语当中，动词有以下几种重叠形式，动词重叠后语法意义各异。

(1) **A→AA**：一些表示历时短促、可以重复进行的动作的单音节动词，按照 A → AA 形式重叠后表示动作的连续、重复。这样的动词有：chớp（眨眼），nháy（眯眼），gật（点头），lắc（摇头），xoa（抚摸），vẫy（挥动），cào（抓），đập（拍打），bóp（捏），sờ（摸），vuốt（捋）等。如：

17

-Nó cười hì hì, *gật gật* đầu. 他嘻嘻地笑了，连连点头。

-Ông ta với tay chụp cái bi đông *lắc lắc* ba bốn cái, ra vẻ hài lòng lắm.

他用手抓住水壶，连摇三四下，一副很满意的样子。

　　一些表示心理活动的单音节动词，按照 A → AA 形式重叠后表示程度上的减弱，重叠后语音可能出现一定的变化。这样的动词有：yêu（爱），ghét（恨），lo（担心），sợ（害怕），tức（生气），mến（爱戴），giận（生气），thương（疼爱），nhớ（想念），mong（希望），thích（喜欢），kinh（惊恐），ngại（顾虑）等。如：

-Chỗ này vắng tanh, hễ có gió thì *kinh kinh*.

这个地方很荒凉，一旦有风就让人有些发怵。

-Nghe tiếng "vợ chồng", nó thấy hơi *ngường ngượng* mà *thinh thích*.

听到"夫妻"二字，她觉得有点不好意思，但心里却喜滋滋的。

　　一些表示动作的动词也可以这样重叠，但重叠后表示强度的减弱。如：Lăng lắc（稍微摇了摇），vỗ võ（轻轻拍了拍），đầm đập（稍微捶打），chày chạy（稍跑了跑），thôi thổi（稍吹了吹）. 但要注意 lắc lắc, vỗ vỗ, đập đập 与 Lăng lắc, vỗ võ, đầm đập 的区别，前一种表示动作的连续、重复，后一种表示强度的减弱。

(2) **A→AA là:** 一些表示心理活动的动词按照 A→AA là 的形式重叠后表示程度的增强，在口语中有时候还出现 AAA là 的重叠形式。如：

-Đứa bé này, ai thấy cũng *yêu yêu là*. 这个小孩，谁见了都好喜欢。

-Hễ thấy rắn thì chị ấy *sợ sờ sợ là*. 她一看到蛇就好害怕！

(3) **A→A đi A lại:** 大多数表示动作、行为的动词都可以这样重叠，重叠后表示多种的多次重复。类似的重叠形式还有 A ra A vào, A lên A xuống 等，也表示动作的连续、重复，但不如 A đi A lại 常用。如：

-Tôi đã *dặn đi dặn lại* bao nhiêu lần, nó vẫn không nhớ.

我已经叮嘱来叮嘱去多少次了，他还是没记住。

-Từ sáng đến giờ, chỉ thấy nó *chạy ra chạy vào*, chẳng biết nó làm gì.

从早上到现在，只见他跑进跑出，根本不知道他在干什么！

(4) **AB→AABB:** 一些表示动作的联合式（并列式）动词重叠后表示动作的连续、重复。这样的动词有 đứng ngồi（坐立），bay lượn（翱翔），lau chùi（擦拭），cười nói（说笑），quét dọn（打扫），xoa bóp（按捏），ra vào（进出），lên xuống（上下），đi lại（来去），đi về（来回），qua lại（来往），gật gù（摇头晃脑），nhảy nhót（跳跃），chen chúc（拥挤），hát hỏng（哼哼唱唱）等。如：

-Đám học trò đang trên đường đi vườn động vật, *nói nói cười cười*, rất vui vẻ.

学生们正在去动物园的路上，说说笑笑，很高兴。

-Ông lý trưởng bưng bát rượu kề gần lên môi, *ngửi ngửi* mùi rượu và *gật gật gù gù*.
老里长捧起一碗酒送到嘴边，闻了闻酒香，连连点头。

(5) AB→AaAB：一些表示动作状态的谐音词按照 AB → AaAB 重叠，重叠后具有强烈的形象化作用。这类词数量不多，重叠后可以单独作谓语，也常作状语，修饰动词。有时候 a 也可以是 à，也有 σ 或 ờ 的情况。如：

ấp úng→ ấp a ấp úng（吞吞吐吐）

ấm ứ → ấm a ấm ứ（结结巴巴）

hí hoáy → hí ha hí hoáy（一心一意）

hì hục → hì hà hì hục（忙忙碌碌）

lấp lửng → lấp lơ lấp lửng（漂浮不定）

(6) AB→A′B′AB 或 AB A′B′：一些表示动作状态的叠韵词按照 AB→A′B′AB 或 AB A′B′ 重叠，重叠后具有强烈的形象化作用。这类词数量不多，重叠后可以单独作谓语，也常作状语，修饰动词。如：

Làm nhàm→làm nhàm làm nhàm（胡言乱语）

Loạng choạng→loáng choáng loạng choạng（踉踉跄跄）

3. 形容词的重叠

越南语形容词有以下几种重叠形式，各种重叠形式表示的语法意义各异。

(1) A→AA: 单音节形容词重叠后表示程度的减弱。语音重叠规则和表示心理活动的单音节动词相同。如：

xanh（蓝、绿）→xanh xanh   trắng（白）→trăng trắng

đỏ（红）→đo đỏ   dễ（容易）→dê dễ(dề dễ)

nặng（重）→nằng nặng   khác（不同）→khang khác

chếch（斜）→chênh chếch   lệch（歪斜）→lềnh lệch

thấp（低、矮）→thâm thấp   mập（肥胖）→mầm mập

mát（凉快）→man mát

重叠后，第二个音节读音稍重一些。它的前面仍然可以加表示相对程度的副词 hơi（稍微），如：hơi manmát（有点凉），hơi buồn buồn（有点烦）。

还有少数单音节形容词重叠后表示程度上的增强。重叠时，原来的词在前，重叠的音节在后，两个音节的声母、韵母相同，只是声调不同。如：

(2) A→AA là: 一些单音节形容词按照 A→AA là 的形式重叠后表示程度的增强。语音重叠规则和读音方法与表示心理活动的单音节动词相同。如：

thơm（香）→thơm thơm là (thơm thơm thơm là)

chậm（慢）→chậm chậm là (chậm chầm chậm là)

tanh（腥）→tanh tanh là (tanh tanh tanh là)
重叠后不再受程度副词的修饰。

(3) A→AA′A″：一些单音节形容词按照 AA′A″ 的形式重叠后表示程度上的极大增强。如：

sát（贴近）→sát sàn sạt　　khít（紧密）→khít khìn khịt

trơ（发呆）→trơ trờ trờ　　mảy（一丁点儿）→mảy mày may

khỏe（健康）→khỏe khòe khoe　　cuống（慌张）→cuống cuồng cuồng

sạch（精光）→sạch sành sanh

有些双音节形容词也可以按照此种方式重叠，如：

dửng dưng（漫不经心）→dửng dừng dưng

còn con（小小的）→còn còn con

重叠后不再受程度副词的修饰。

(4) AB→ABB：一些本身已经表示程度的偏正式形容词的第二个音节（多是不自由语素）可以重叠，重叠后表示程度上的更大增强。如：

đen sì（乌黑的）→đen sì sì

trắng phau（洁白的）→trắng phau phau

đỏ hỏn（嫩红的）→đỏ hon hỏn

nặng trịch（沉甸甸的）→nặng trình trịch

thơm phức（浓香）→thơm phưng phức

đông nghịt（密密麻麻）→đông nghìn nghịt

重叠后不再受程度副词的修饰。

(5) AB→AaAB：一些表示状态的叠韵词按照 AB→AaAB 重叠，重叠后具有强调作用。重叠规则与谐音动词相同。如：

lúng túng（手忙脚乱）→ lúng ta lúng túng

lủng củng（横七竖八）→ lủng cà lủng củng（lủng ca lủng củng）

lụng thụng（肥大）→ lụng thà lụng thụng（指衣服又肥又大）

hớt hải（惊慌）→ hớt hơ hớt hải（惊惊慌慌）

重叠后不再受程度副词的修饰。

(6) AB→AABB：一些双声形容词可以这样重叠，重叠后表示语义的增强。如：

hùng hổ（勇猛的）→hùng hùng hổ hổ

hăm hở（兴冲冲的）→hăm hăm hở hở

tất tả（匆忙）→tất tất tả tả

vội vàng（急忙）→ vội vội vàng vàng

ngông nghênh（狂妄自大）→ngông ngông nghênh nghênh

重叠后不再受程度副词的修饰。

(7) AB→A′B′AB: 一些双音节形容词这样重叠后带有强调的作用。重叠规则与双音节动词相同。如：

lù khù（迟钝）→ lủ khủ lù khù

cù mì（老实巴交）→ củ mỉ cù mì

lừ đừ（无精打采）→ lử đử lừ đừ

重叠后不再受程度副词的修饰。

(8) AB→ABab: 少数叠韵形容词这样重叠后带有强调的作用。重叠的方式是另加两个叠韵的音节，它们的声母和原来的双音词相同。如：

lôi thôi（邋遢）→ lôi thôi lếch thếch（邋邋遢遢）

bông lông（虚浮）→ bông lông ba la（bông lông bang lang）

重叠后不再受程度副词的修饰。

IV. Bài tập 练习

1. 假设你在中越学生联欢见面会上首次见到越南留学生并与之相互认识、聊天，请同桌之间分角色扮演中越学生，进行对话练习。

2. 请根据实际情况回答以下问题，同时进行口头对话练习。

   (1) Trong trường em có lưu học sinh Việt Nam không? Nếu có, có khoảng bao nhiêu người?

   _____

   _____

   (2) Em có làm quen với bạn Việt Nam nào không? Nếu có, đó là bao giờ và ở đâu?

   _____

   _____

   (3) Lớp em đã từng tổ chức hoạt động giao lưu với người ngước ngoài lần nào chưa? Nếu có, hoạt động được tổ chức như thế nào?

   _____

   _____

   (4) Em đã từng tham giam hoạt động giao lưu giữa Trung Quốc và Việt Nam lần nào chưa? Nếu có, xin em hãy giới thiệu đó là bao giờ, ở đâu và thế nào?

   _____

   _____

   (5) Ai dạy các em môn tiếng Việt? Em thấy thầy/cô ấy dạy thế nào?

   _____

   _____

(6) Trường em có hay tổ chức hoạt động gì liên quan đến tiếng Việt Nam cho các em không?
_____
_____

(7) Khóa em có bao nhiêu người học chuyên nhành tiếng Việt Nam và bao nhiêu người chọn học thêm tiếng Việt Nam?
_____
_____

(8) Khoa em có bao nhiêu người chọn học thêm tiếng Việt Nam?
_____
_____

3. 请参照语法注释部分，将下列句子翻译成越南语，注意画线部分的越语表达法。
   (1) 你<u>怎么会</u>有这种想法呢？
   _____

   (2) 工作这么多，我一个人<u>怎么做得完</u>！
   _____

   (3) 任务那么重，时间又那么紧急，咱们<u>怎么可能</u>按时完成！
   _____

   (4) 你<u>怎么能</u>以这样的态度对待我的父母呢？
   _____

   (5) 钱多钱少都没关系，<u>最重要的是</u>要有这份心！
   _____

   (6) 在各位领导长期的<u>关心和支持</u>下，我才取得今天的成就。
   _____

   (7) <u>我想告诉你的是</u>，我从来没有做过对不起你的事。
   _____

   (8) 我对未来充满了<u>信心和希望</u>，我觉得未来一切都会好起来的。
   _____

(9) 作为大学生，<u>学习</u>才是我们的主要任务。

(10) 如果明天下大雨，<u>足球赛</u>将会被取消（hủy bỏ）或者推迟（lùi lại）。

(11) 昨天晚上的<u>辩论赛</u>真精彩！

(12) <u>值得高兴的是你考上了大学，但让我们发愁的是怎么能在两个月内给你凑够 1.5 万元的学费和生活费</u>。

BÀI 3   LÊN MẠNG
第三课　上网

I. Hội thoại   会话

Tình huống 1   Lên mạng chát
情景 1　上网聊天

A: Ôi, em sắp sang Việt Nam du học, anh cứ thấy lo lo. Em không có máy tính xách tay mang theo, thế một tuần em phải viết một bức thư cho anh nhé.

噢，你要去越南留学了，我总觉得有点担心。你没有带笔记本电脑去，那你就要一周给我写一封信哦。

B: Em không nghe nhầm chứ? Anh bảo em viết thư gửi qua bưu điện ư? Sao anh lạc hậu thế? Thời đại ngày nay còn viết thư tay! Ta có thể chát trên mạng thôi.

我没听错吧？你让我写信并通过邮局寄给你？你怎么这么落后啊？都什么年代了还手写信件！我们可以在网上聊天啊！

A: Ở Việt Nam cũng có mạng sao?   在越南也有网络吗？

B: Tất nhiên có chứ! Việt Nam cũng là một quốc gia đang phát triển mà. Công nghệ thông tin luôn luôn được cập nhật mọi lúc mọi nơi anh ạ.

当然有啊！越南也是一个发展中国家嘛，网络通信也随时随地更新的。

A: Vậy à. Nhưng em có máy tính xách tay đâu. Dây điện thoại có nối mạng được không?   是吗？但你哪有笔记本电脑啊！电话线可以连接网络吗？

B: Em có hỏi mấy bạn người Việt Nam rồi. Nếu không có máy tính xách tay, thì em có thể ra các quán Internet để lên mạng. Ở xung quanh các trường đại học đều có rất nhiều quán Internet ạ.

我问了几个越南朋友了。如果没有笔记本电脑的话，我可以去网吧上网的。各个大学的周边都有很多网吧。

A: Ồ, vậy thì tiện nhỉ. Thế lên mạng ở quán Internet bên Việt Nam có đắt không?

哦，那就方便了。那在越南的网吧上网贵吗？

B: Cũng không đắt lắm, hình như là 3000 đồng một tiếng.

也不太贵，好像是 3000 盾一小时。

第三课 上网

A: Ôi, 3000 nhân dân tệ ư! Sao đắt vậy trời.

啊，3000元人民币吗？天啊，怎么这么贵！

B: Không, 3000 VNĐ anh ơi, bằng khoảng gần 1 tệ tiền Trung Quốc thôi.

不，是3000越南盾，近1元人民币。

A: Vậy thì không đắt. Nhưng máy tính bên ấy có đọc được chữ Hán không?

那就不贵。但是那边的电脑能显示汉字吗？

B: Các máy tính bên Việt Nam đều sử dụng Windows bản tiếng Anh, có thể đọc được tiếng Trung Quốc, nhưng phải cài phông tiếng Trung Quốc mới có thể viết chữ tiếng Hán được.

越南的电脑一般都使用英文的 Windows 系统，可以看中文，但要安装中文输入法才能打汉字。

A: Thế nếu anh muốn gọi điện cho em thì phải đăng ký gọi điện chuyển vùng quốc tế à?

那如果我要给你打电话就得开通国际漫游业务吗？

B: Ôi, anh gọi điện quốc tế làm gì cho đắt chứ! Chúng ta có thể gọi điện qua mạng Internet mà. Bạn em bảo là ở quán Internet Việt Nam còn có thể gọi điện quốc tế, mà cước phí cực kỳ rẻ, nghe cũng rất rõ.

噢，你干嘛要打国际电话，那么贵！咱们可以打网络电话嘛。我朋友说了，在越南的网吧还可以打国际电话，而且话费很便宜，通话质量也很好。

A: Vậy thì tốt quá rồi. Anh cứ tưởng phải gọi điện thoại quốc tế. Em sang bên đó, chúng ta vẫn có thể chát bằng QQ hay wechat không?

那就太好了。我还以为得打国际长途电话呢！你去那边了，咱们还可以用QQ或者微信聊天吗？

B: Được thôi, chúng ta vẫn chát được qua QQ hoặc Wechat trên điện thoại di động mà. Tuy QQ và Wechat không thông dụng ở Việt Nam, nhưng nó không bị cấm sử dụng. Vì vậy, chỉ cần điện thoại của em đăng ký lên mạng hoặc ở chỗ nào đó có sóng Wifi là em có thể đăng nhập QQ hoặc Wechat để chát với anh rồi.

可以啊，咱们还是可以用手机上的QQ或微信来聊天的嘛。尽管QQ和微信在越南不通用，但也没有禁用。因此，只要我的电话开通网络，或者在有Wifi信号的地方，我都可以登录QQ和微信来跟你聊天的。

A: Ôi, thế thì tốt quá còn gì. Vậy chúng ta sẽ thường xuyên gọi video trên Wechat nhé!

噢，那就再好不过了。那咱们就要经常用微信视频聊天哦。

B: Vâng, điều đó là tất nhiên thôi. Nhưng để em chủ động gọi cho anh nhé! Vì điện thoại di động ở Việt Nam phải đăng ký mới có thể lên mạng và online, cước phí cũng không hề rẻ.

好的，那是必须的。但是，得让我主动打电话给你哦，因为在越南，手机需要开通才能上网上线，而且网费并不低。

A: Ừ, nhưng em phải ít nhất một ngày gọi video một lần cho anh nhé.

行，但你要至少一天给我打一次视频电话哦。

B: Được thôi, em sẽ một ngày gọi cho anh mấy lần. Song, còn có điều đáng tiếc là máy di động không tiện để gửi và nhận các văn bản, và cũng không thể viết bài và làm bài được.

好了，我会一天给你打几次的。不过，还有一点遗憾的是手机不方便收发文件，也无法写文章和做作业。

A: Quả là vậy nhỉ. Thế anh cố gắng mua một chiếc máy tính xách tay cho em mang sang Việt Nam vậy.

的确如此。那我争取给你买一台手提电脑送到越南吧。

B: Thật không? Hay quá. 真的吗？太好了。

A: Dĩ nhiên là thật chứ. À, đúng rồi, em đã hỏi bạn em chưa? Lên mạng bằng máy tính xách tay ở ký túc xá, cước phí có đắt không?

当然是真的啊。对了，你问你的朋友没有，在越南的宿舍用手提电脑上网，网费贵吗？

B: Hình như hơi đắt một chút, vì thường phải mua thẻ nạp tiền để lên mạng, và sóng cũng hơi yếu, dễ bị mất mạng. Nhưng cũng không sao, em nghe nói các quán cà phê ở Việt Nam đều có Wifi free, có thể mang theo máy tính xách tay đến quán cà phê, gọi một tách cà phê hoặc một cốc nước sinh tố thì có thể lên mạng miễn phí ở đó, vừa rẻ vừa nhanh. Thỉnh thoảng em có thể đến quán cà phê chát với anh mà.

好像有点贵，因为一般都是买充值卡来上网的，而且信号也不够强，容易掉线。不过也不要紧，我听说在越南的咖啡馆都有免费 Wifi，可以带电脑到咖啡馆，点上一杯咖啡或一杯果汁就可以在那里免费上网，又便宜，信号又好。我可以时常去越南咖啡馆跟你视频聊天嘛。

A: Thế thì còn được! 这还差不多！

Tình huống 2　Công dụng của mạng Internet
情景 2　互联网的功能

A: Bố ơi, kỳ này con bắt đầu học môn "Công nghệ Thông tin Cơ sở" rồi, hôm nay là buổi học đầu tiên, con thấy thú vị lắm. Thầy còn cho bài làm ở nhà là bố mẹ giới thiệu một vài kiến thức về mạng Internet đấy. Bố ơi, bố chỉ dạy cho con với!

爸爸，这个学期我们开设《基础信息技术》课程了，今天是第一次课，我觉得很有趣。老师还布置了家庭作业：让父母介绍一些有关互联网的知识。爸爸，你教我一下吧。

第三课　上网

B: Ồ, kiến thức về mạng Internet thì nhiều vô kể. Là một học sinh tiểu học, con chỉ cần biết một số công dụng cơ bản của mạng Internet là được rồi.

哦，关于互联网的知识就数不胜数了。作为一个小学生，你只需要懂得一些网络的基本应用就行了。

A: Con xin bố, bố giới thiệu ngay thật nhiều công dụng cho con biết nhé.

求你了爸爸，你给我多介绍些应用吧。

B: Nào, hai bố con mình ngồi trước máy tính đã, bố vừa lên mạng vừa giới thiệu nhé.

来，咱爷儿俩先坐到电脑前，爸爸边上网边给你介绍。

A: Hay quá, như vậy con sẽ dễ nhớ hơn. 太好了，这样我就能更容易记住。

B: Con xem này, đây là trang chủ của Đài truyền hình Trung Ương, tất cả các chương trình của Đài đều được giới thiệu ở đây. Công dụng đầu tiên của mạng Internet là cung cấp nhiều thông tin cập nhật cho người truy cập.

孩子你看，这是中央电视台的主页，中央电视台播放的全部节目在这都有介绍。网络的第一个功能就是向上网的人提供很多最新的信息。

A: À, đây rồi, con tìm thấy chương trình thiếu nhi ngày mai rồi.

噢，在这儿，我找到少儿频道明天的节目预告了。

B: Tiếp theo, đây là Gu-gờ (google), công cụ tìm kiếm lớn nhất toàn cầu, có thể tìm kiếm được mọi thông tin mà con muốn biết, con thử xem nào.

接着，这是百度，中国最大的搜索引擎，可以搜索到你想要找的各种信息。你可以试试看。

A: Thế con thử tìm kiếm thông tin về "bốn phát minh lớn cổ đại" xem. Ôi, có những hai trăm thông tin cơ, thật không ngờ.

那我试着搜索"古代四大发明"的信息看看。噢，天啊，居然有那么多条信息呢，真没想到！

B: Con còn nhớ không? Tháng trước bố đã mua hai quyển sách cho con trên mạng đấy, một công dụng nữa của mạng Internet là bán các loại hàng hóa như quần áo, mỹ phẩm, đồ điện, đồ dùng hàng ngày, sách vở …Mấy năm nay người ta thậm chí còn bán kiến thức và kinh nghiệm qua mạng Internet nữa cơ.

你还记得吗？上个月爸爸在网上给你买了两本书。互联网的另一个功能就是卖各种各样的商品，如衣服、化妆品、电器、日常用品、书籍等。近几年来人们甚至可以通过互联网出售知识和经验呢。

A: Thế sau này chúng ta có thể mua phần lớn hàng hóa ở trên mạng, chứ không phải ra cửa hàng nhiều nữa. Ngày Noel sắp đến rồi, bố mua quà trên mạng cho con đi.

这样的话，那以后咱们就可以在网上买到大部分的商品了，而不需要经常去商场了。圣诞节快到了，爸爸，你在网上给我买礼物吧。

B: Đồng ý. Mạng Internet còn có nhiều công dụng khác như gửi e-mail này, chát này, download tài liệu này, sau này bố sẽ giới thiệu dần nhé.

没问题。互联网还有很多用途，比如收发电子邮件、聊天、下载资料等，以后爸爸再慢慢教你。

A: Dạ, vâng ạ. 好的，爸爸。

B: Song, trong khi mang lại nhiều tiện lợi cho con người, mạng Internet cũng mang lại nhiều phiền hà cho con người nếu chúng ta không sử dụng nó một cách khoa học.

不过，在互联网给人类带来许多便利的同时，如果我们不懂得科学地利用它的话，它也会给我们带来很多麻烦。

A: Sao lại thế, xin bố nói cụ thể cho con biết ạ.

怎么会这样？请爸爸给我讲具体一点吧。

B: Kẻ địch của mạng Internet là hachker và vi rút. Nếu máy tính bị hachker xâm nhập hoặc bị nhiễm vi rút thì hệ thống máy tính có thể bị hỏng mất, hoặc tư liệu chứa trong máy tính có thể bị mất hết sạch. Cho nên con phải truy cập những thông tin lành mạnh nhé.

网络的敌人是黑客和病毒，如果计算机被黑客入侵，或者染上病毒，计算机系统就有可能被毁坏，或者储存在计算机里面的资料全部丢失。因此，以后你要上那些健康的网站。

A: Dạ, con hiểu rồi, sau này con sẽ cố gắng học tập công nghệ thông tin để biết tận dụng mạng Internet một cách khoa học.

好的，我知道了，以后我要努力学习信息技术，以便懂得科学地利用互联网。

B: Rồi, con ngoan quá. 好的，真乖！

TỪ MỚI 生词

1	lên mạng 上网	9	công nghệ thông tin 信息技术
2	chát（网上）聊天	10	luôn luôn 经常，常常
3	lo lo 有点担心	11	cập nhật 更新
4	máy tính xách tay 笔记本电脑，手提电脑	12	mọi lúc mọi nơi 随时随地
5	mang theo 随身携带	13	quán Internet 网吧
6	nhầm 错，失误	14	xung quanh 周围，周边
7	lạc hậu 落后	15	nhân dân tệ 人民币
8	thời đại ngày nay 当今时代	16	chữ Hán 汉字

17	cài 安装（软件之类的）	36	thông tin 信息
18	phông tiếng Trung Quốc 中文输入法	37	hàng hóa 货物，商品
19	đăng ký 登记；报名；开通	38	mỹ phẩm 化妆品
20	chuyển vùng quốc tế 国际漫游	39	đồ điện 电器
21	cước phí 费用，话费	40	đồ dùng hàng ngày 日常用品
22	thực ra 实际上，其实	41	sách vở 书籍
23	thông dụng 通用	42	tài liệu 资料
24	cấm 禁止	43	mang lại 带来
25	sóng Wifi Wifi 信号	44	tiện lợi 便利
26	đăng nhập 登录	45	phiền hà 麻烦
27	chủ động 主动	46	kẻ địch 敌人
28	thẻ nạp tiền 充值卡	47	vi rút 病毒
29	miễn phí 免费	48	xâm nhập 侵入，侵犯
30	nhiều vô kể 不计其数，数不胜数	49	nhiễm 染，染上
31	công dụng 功能，用途	50	hỏng 毁坏，破坏
32	trang chủ 主页	51	chứa 储藏，储存
33	truy cập 浏览	52	mất hết sạch 丢光，丢得精光
34	tìm kiếm 寻找；搜索	53	lành mạnh 健康的，良性的
35	toàn cầu 全球	54	tận dụng 充分利用

II. Ghi chú ngữ pháp 语法注释

1. Chứ 的用法。

(1) Chứ 作为语气词，有三种用法：

+ 表示疑问，放在陈述句后面，就自己已有的初步判断进行提问。如：

-Em không nghe nhầm *chứ*? 我没听错吧？

-Lâu lắm không gặp, cậu vẫn khỏe *chứ*? 好久不见了，你身体还好吧？

+ 表示反驳，以此来肯定自己的意见，句尾的语调上扬。如：

-Đã làm thầy thuốc thì phải biết răng nào đau *chứ*! Còn phải hỏi gì nữa?
既然做了医生就要知道哪颗牙痛啊！还要问什么呢？

-Mọi người đều phải giữ theo thứ tự *chứ*, đều phải xếp hàng chứ!

每个人都要遵守秩序呀，都要排队的呀！

+ 直接放在陈述句后，表示加强肯定语气，句尾的语调上扬。如：

-Tiện *chứ*! 方便啊！

-Có *chứ*. Tôi có đi *chứ*. 要啊，我要去啊！

(2) Chứ 还可以作关联词，用来连接两个复句，表示转折关系，前一句表示肯定，后一句表示否定。如：

-Họ toàn tâm toàn ý phục vụ nhân dân *chứ* không phải nửa tâm nửa ý.

他们全心全意为人民服务而不是三心二意。

-Bọn chúng chỉ nghĩ đến lợi ích của mình, *chứ* không bao giờ nghĩ đến lợi ích của nhân dân. 他们只考虑自己的利益，却从来不考虑人民的利益。

-Anh ấy là người Huế *chứ* không phải là người Hà Nội.

他是顺化人，不是河内人。

2. Gửi 的多种用法。

(1) 表示"寄存"，如：

-Ở đây có chỗ *gửi* xe không? 这里有存车的地方吗？

-Ở đây, *gửi* tiền tiết kiệm ở ngân hàng không tiện lắm.

在这里，到银行存款不是很方便。

(2) 表示"邮寄"或"网上发送"，如：

-Xin hỏi, mấy thùng sách này *gửi* từ Hà Nội sang Bắc Kinh Trung Quốc phải bao nhiêu tiền? 请问，将这几箱书从河内寄到中国北京要花多少钱？

-Em có thể thường xuyên *gửi* e-mail cho anh, còn gửi ảnh cho anh xem nữa.

我会经常给你发邮件，并且发照片给你看。

(3) 表示交付的委婉说法，如：

-Cháu mua hai quyển sách này, xin *gửi* tiền cô. 我买这两本书，给您钱。

-Đây là quà mà con ông mua cho ông, xin *gửi* ông ạ.

这是您儿子给您买的礼物，给您。

(4) 表示"致、谨致"，如：

-Em xin thay mặt cả lớp *gửi* lời chúc mừng năm mới tới thầy.

我代表全班同学向老师致以新年的问候。

-Xin cho tôi *gửi* lời hỏi thăm tới bác Vinh. 请代我向荣伯伯问好。

3. 多义词 Chương trình。

(1) 表示"节目",如:

-À, đây rồi, con tìm thấy *chương trình* thiếu nhi ngày mai rồi.

噢,在这儿,我找到少儿频道的节目了。

-Chúng tôi thường xuyên theo dõi *chương trình* phát thanh của Đài Tiếng Nói Việt Nam. 我们经常收听《越南之声》广播节目。

-*Chương trình* biểu diễn trong dạ hội chào mừng năm mới tối qua quá là hay, bốn người dẫn chương trình cũng rất xinh gái và đẹp trai.

昨晚迎新晚会的表演节目太精彩了,四个主持人也很漂亮帅气。

(2) 表示"计划",如:

-Chúng tôi đã ấn định *chương trình* làm việc trong vòng 5 năm.

我们已经制定了5年工作计划。

-*Chương trình* hoạt động ngày mai được sắp xếp như thế nào?

明天的活动计划是怎么安排的?

(3) 表示"章程",如:

-Đây là *chương trình* công ty của chúng tôi. 这是我们的公司章程。

-Đây là *chương trình* học viện tôi mới làm xong tuần trước, xin quý vị lãnh đạo thẩm duyệt cho. 这是上周我刚做好的学院章程,请各位领导审阅。

(4) 表示"程序",如:

-Đây là *chương trình* nghị sự của buổi họp hôm nay. 这是今天会议的议程。

-Trong những cuộc hội nghị quốc tế lớn đều có *chương trình* dịch chặt chẽ.

在大型国际会议上都有严格的翻译程序。

III. Kiến thức mở rộng   扩充知识

1. 与计算机、互联网相关的词汇。

bộ nhớ	存储器	tường lửa	防火墙
ổ cứng	硬盘	phần mềm chống vi rút	杀毒软件
phần cứng	硬件	mật khẩu	密码
phần mềm	软件	truy cập internet	浏览互联网
máy tính bàn	台式电脑	download: tải xuống	下载
máy tính bảng	平板电脑	tải lên	上传
bàn phím	键盘	trang web	网站

chuột	鼠标	Website	网页
phím cách	空格键	không dây (wifi)	无线网络
màn hình	桌面，屏幕	khởi động máy	启动电脑
đánh máy	打字	tắt máy	关闭电脑
máy in	打印机	khởi động lại	重启
chữ in hoa	大写	file (tệp tin)	文件
chữ thường	小写字母	folder (thư mục)	文件夹
trả lời	回复	forward (chuyển tiếp)	转发
văn bản	文件	đăng nhập	登录
chương trình xử lý văn bản	文件处理	đăng xuất	退出
tốc độ xử lý	处理速度	tài liệu đính kèm	附上文件
cơ sở dữ liệu	数据库	tai nghe	耳机
địa chỉ email	邮箱地址	Micro	话筒
email: thư điện tử	电子邮件	Camera	摄像头
tên người sử dụng	用户名		

2. 一些实用的越南网站

www.google.com.vn; www.coccoc.com	越南综合搜索网站
www.dantri.com.vn	越南官方媒体网站"民智网"
www.24h.com.vn	越南新闻、媒体、招聘网站
www.vtc.com.vn	越南国家电视台网站
www.vov.vn; www.vov.org	越南中央广播电台《越南之声》
www.mp3.zing.vn; www.nhaccuatui.com	越南音乐网站
www.dangcongsan.vn	越南共产党官网
www.mps.gov.vn	越南公安部官网
www.mofa.gov.vn	越南外交部官网

IV. Bài tập 练习

1. 请参照本课内容，围绕"互联网、上网、网购"等主题，进行对话练习。
2. 请根据实际情况回答以下问题，同时进行口头对话练习。

   (1) Em có máy tính xách tay không? Bình thường em lên mạng bằng cái gì?
   _____
   _____

   (2) Em có hay gửi e-mail không? Em thường gửi cho ai?
   _____
   _____

   (3) Bình thường em hay liên lạc với bố mẹ em bằng cách gì? Lên mạng chát hay là gọi điện thoại?
   _____
   _____

   (4) Em sử dụng phần mềm chát gì nhiều hơn? QQ hay là Wechat? Vì sao?
   _____
   _____

   (5) Bình thường em lên mạng chủ yếu để làm gì?
   _____
   _____

   (6) Em vào trang web gì nhiều nhất? Tại sao?
   _____
   _____

   (7) Em có hay mua đồ trên mạng không? Em thường mua đồ gì trên mạng?
   _____
   _____

   (8) Em có hay tra tài liệu trên mạng không? Em hay tra tài liệu bằng công cụ tiềm kiếm gì đấy?
   _____
   _____

3. 请参照语法注释部分，将下列句子翻译成越南语，注意画线部分的越语表达法。

   (1) 你既然做了班长就要负责任<u>啊</u>!
   _____

(2) 我没有说错吧？谁做的事情谁心里清楚！

(3) 我这么做也没错吧？为什么他就不理解呢？

(4) 我只是学习委员而不是班长，这件事情你得问班长啊。

(5) 几天前我母亲多给我寄了点钱，因为我的生日快到了，我要开个生日宴会。

(6) 请问行李寄存处在哪里？

(7) 你从广州寄这件衣服到北京花了多少钱？

(8) 阿姨，我吃完了，给您钱！

(9) 请代我向你全家人问好！

(10) 我平时喜欢收听《中国之声》广播节目，而不喜欢看电视。

(11) "十二五"规划（Kế hoạch 5 năm lần thứ 12）已经到期了，我们要抓紧确定"十三五"规划才行，这是今天下午会议的讨论议程。

(12) 今晚河内大剧院的表演节目是一场来自俄罗斯的芭蕾（Ba-lê）歌舞音乐会，我想请你一起去看可以吗？

BÀI 4   VUI CHƠI – GIẢI TRÍ
第四课   消遣－娱乐

I. Hội thoại   会话

Tình huống 1   Tôi muốn đi dạo phố
情景 1   我想去逛街

A: Thảo ơi, cuối tuần này anh muốn ra ngoài chơi, đi dạo phố mua đồ, hoặc vui chơi giải trí đều được. Theo em, đi chơi đâu hay hơn nhỉ?

阿草啊，这周末我想出去玩儿，去逛街购物，或者消遣娱乐都可以。照你看，去哪里玩儿好呢？

B: Anh đi một mình hay là mấy người cùng đi? Nếu anh đi một mình thì em có thể chở anh đi bằng xe máy ạ.

你是一个人去还是几个人一起去？如果你自己去的话，我可以用摩托车带你去。

A: Chắc mấy người anh chị cùng đi. Nếu em rỗi thì em đi cùng và hướng dẫn cho bọn anh thì càng tốt, hihi.

大概我们是几个人一起去。如果你有空一起去，能给我们做导游就更好了，呵呵。

B: Vâng, cũng được ạ. Thế em dẫn các anh chị đi chơi hồ Hoàn Kiếm và dạo các phố quanh khu vực hồ Hoàn Kiếm nhé? Hồ Hoàn Kiếm nằm ở trung tâm thành phố Hà Nội, và nó cũng là một điểm du lịch nổi tiếng của Hà Nội đấy. Hồ Hoàn Kiếm còn được gọi là Hồ Gươm, là một hồ nước ngọt tự nhiên của thành phố Hà Nội. Tên gọi Hoàn Kiếm xuất hiện vào đầu thế kỷ 15 gắn với truyền thuyết "vua Lê Thái Tổ trả gươm báu cho Rùa thần". Hồ Hoàn Kiếm rất rộng, nước hồ trong vắt, giữa hồ còn có tháp Rùa, gần đó là đền Ngọc Sơn và cầu Thê Húc. Xung quanh bờ hồ có nhiều cây cối um tùm và những thảm cỏ xanh, trong đó có xen kẽ các lối đi râm mát, để cho khách đi lại, tham quan, vãn cảnh. Phong Cảnh ở đó đẹp lắm, chụp ảnh cũng rất đẹp. Ngoài ra, xung quanh khu vực Hồ Hoàn Kiếm còn có các quán nước, quán cà phê, quán ăn, bao gồm quán Việt và quán Tây. Ngồi trong những quán ven bờ hồ, vừa ngắm cảnh hồ vừa ăn kem hoặc uống cà phê, thưởng thức những món ăn đặc sản Việt Nam thì quả là tuyệt vời.

嗯，也可以啊。那我带你们去参观还剑湖并在还剑湖周边逛街吧。还剑湖位于河内市中心，它也是河内的一个有名的旅游景点呢。还剑湖又叫剑湖，是河内的一个自然淡水湖。还剑湖的命名源于15世纪初"李太祖归还宝剑给神龟"的故事。还剑湖很大，湖水很清澈，湖中央有龟塔，湖边上有栖旭桥、有玉山寺。湖岸上有很多茂密的绿树和一块块绿草坪，其间穿梭着一条条林荫小道，供行人行走、参观、赏景。这里的风景很美，照相也很好看。此外，还剑湖周边还有各种各样的茶馆、咖啡馆、餐馆，包括越南特色或西方特色的。坐在湖边的美食店、小吃店里边，一边观赏湖景，一边吃冰激凌或喝咖啡，品尝越南特色美食，那是再惬意不过的了。

A: Ôi, hay quá. Kể tiếp đi em. 噢，太好了。你继续讲。

B: Vâng ạ. Chúng ta vào tham quan đền Ngọc Sơn, sau đó đi dạo phố và mua sắm quanh hồ Hoàn Kiếm. Quận Hoàn Kiếm có ba sáu phố cổ rải rác quanh hồ Hoàn Kiếm. Ba sáu phố cổ này có bán các loại hàng đặc sản Việt Nam, ví dụ như các loại đồ lưu niệm, áo dài, giầy và mũ truyền thống của Việt Nam. Đặc biệt, ở đây có rất nhiều các món ăn đặc sản Việt Nam như: chè bưởi, chè thập cẩm, sữa chua nếp cẩm, bún đậu, bò trộn, ô mai, mứt... Ngoài ra, ngay cạnh bờ hồ còn có Trung Tâm Thương mại Tràng Tiền và nhiều hiệu sách lớn, cách bờ hồ không xa là nhà hát Lớn Hà Nội. Đặc biệt, khu chợ buôn bán sầm uất nhất Hà Nội là chợ Đồng Xuân cũng nằm gần đó. Ban đêm còn có chợ đêm trên phố hàng Đào kéo dài từ bờ hồ đến tận chợ Đồng Xuân, cũng vui chơi lắm đấy.

好的。参观完还剑湖之后就在还剑湖周边逛街和购物。著名的三十六古街就分布在还剑湖周边。这三十六古街出售各种各样的越南特产，如各种纪念品，越南传统的奥黛、鞋帽等。尤其是这里有很多各种各样的越南特色美食，如：柚子羹、什锦羹、黑糯米酸奶、煎豆腐米粉、牛肉丝干捞粉、话梅、蜜饯等等。这里还有长前商贸中心和多个大书店，它们就在湖边，离湖岸不远还有河内大剧院、大教堂和河内最繁华的批发市场同春市场，晚上还有桃行街夜市，从湖边一直延伸到同春市场，也很好玩儿。

A: Thế à? Kể ra chắc một ngày cũng không chơi hết được ba sáu phố phường nhỉ?
是吗？这么说，或许一天都逛不完三十六古街了？

B: Vâng ạ, chỉ đi chơi được qua loa thôi. Không sao, sau này còn có nhiều cơ hội ra đó chơi mà anh.
是的，只能简单逛一逛。没关系，以后还有很多机会去玩儿的嘛。

A: Hình như Hồ Hoàn Kiếm cách trường mình hơi xa đấy, thế chúng ta nên đi như thế

第四课 消遣－娱乐

nào nhỉ? Có xe buýt từ trường mình đến thẳng bờ hồ không?

好像还剑湖离咱们学校挺远的，那我们应该怎么去呢？有公交车从咱们学校直达还剑湖吗？

B: Có ạ, nhưng mà đi xe buýt phải chờ lâu, và xe buýt đông người quá. Theo em, chúng ta đi bằng tắc-xi hay hơn. Mấy người cùng đi một chiếc tắc-xi cũng không đắt lắm đâu, lại còn vừa nhanh vừa tiện.

有啊，不过乘公交车的话要等比较久，而且公交车人太多。照我看，咱们打的去好一些。几个人一起乘坐一辆的士也不太贵，而且又快又方便。

A: Ừ, nhỉ. Để anh về hỏi các bạn đã nhé? Cảm ơn em nhiều nhé.

嗯，对呀。让我先回去问问大家。非常感谢你。

B: Dạ, không có gì. 好的，没什么。

Tình huống 2　Tôi muốn trải nghiệm Văn Hóa Việt Nam
情景 2　我想体验越南文化

A: Thu ơi, chị muốn đi tham gia một số hoạt động văn hóa Việt Nam vào những ngày nghỉ, để trải nghiệm một chút văn hóa Việt Nam. Em giới thiệu cho chị biết Việt Nam thường có những hoạt động văn hóa gì nhé?

阿秋啊，平时休息日我想去参加一些越南文化活动，体验一下越南文化，你给我介绍一下越南经常有些什么文化活动呗？

B: Dạ, em rất sẵn lòng ạ. Việt Nam thường niên có nhiều hoạt động giàu văn hóa Việt Nam, ví dụ như lễ hội ở các chùa chiền Việt Nam, các loại hình biểu diễn nghệ thuật truyền thống Việt Nam, các loại hoạt động văn hóa trong các lễ tết truyền thống Việt Nam. Ví dụ trong thời gian tết Nguyên Đán vừa rồi, các miền Việt Nam đều có tổ chức các loại hoạt động văn hóa như múa rồng, múa sư tử, chọi gà, chọi trâu, triển lãm hoa…ngoài ra, người ta còn tổ chức các loại thi đấu thể dục thể thao như thi đấu bóng đá, chơi cầu lông, đá cầu, kéo co...vừa để rèn luyện sức khỏe, vừa để vui chơi giải trí.

好啊，我很乐意。越南常年都有许多富于越南文化特色的活动，比如越南各寺庙的庙会、越南传统艺术表演、越南各种传统节日的文化活动等。比如刚过去的春节期间，越南各地都组织各种文化活动如舞龙、舞狮、斗鸡、斗牛、花展等，此外人们还组织各种体育比赛，如足球赛、羽毛球赛、踢毽子比赛、拔河比赛等，既可以锻炼身体，又可以消遣娱乐。

A: Ừ, nghe như thú vị lắm nhỉ? Em giới thiệu kỹ một chút từng loại một cho chị đi.

哦，听起来真有意思！你给我逐个介绍详细一点吧。

B: Dạ, vâng ạ. Ví dụ, mùa xuân là mùa của lễ hội ở khắp mọi miền trên đất nước Việt Nam. Mùa xuân hàng năm, người Việt Nam có thói quen tổ chức lễ hội và xem hội. Cứ sau tết là người ta rủ nhau từng đám đi xem hội, cũng như người Trung Quốc thích tổ chức đi dã ngoại chơi xuân vào tháng ba mùa xuân đó. Những lễ hội nổi tiếng của Việt Nam bao gồm: hội khai ấn đền Trần ở Nam Định, chùa Đồng Yên Tử ở Quảng Ninh, đền Hùng ở Phú Thọ, hội chùa Hương Tích ở Hà Tây...

嗯，好的。春季是越南各地举行各种庙会的季节。每年春季，越南人有组织庙会、看庙会的习俗。过完年后，人们相约成群结队地去看庙会，就像中国人喜欢在阳春三月组织野外春游一样。越南有名的庙会包括：南定的陈朝庙开玺会、广宁的安子铜庙会、富寿的雄王庙会、河西的香迹庙会等等。

A: Ừ, hay nhỉ. Còn hoạt động nghệ thuật truyền thống Việt Nam thì sao?

哦，真有意思！那越南的传统艺术活动就怎么样呢？

B: Loại hình nghệ thuật trong nền văn hóa Việt Nam có rất nhiều, ví dụ như: chèo, tuồng, cải lương, múa rối nước, hát quan họ, hát trống quân, hò Huế... Trong đó, múa rối nước chính là một trong những loại hình nghệ thuật mang đậm nét văn hóa Việt Nam. Ở Hà Nội, mỗi tuần đều có biểu diễn múa rối nước. Theo em, chị nên đi xem thử biểu diễn múa rối nước của Việt Nam đi.

有啊。越南文化有很多艺术类型，如：嘲剧、哝剧、改良戏、水上木偶戏、官贺民歌、军鼓调、顺化民歌等等。其中，水上木偶戏就是富有越南文化特色的艺术形式之一。在河内，每周都有水上木偶戏表演。照我看，你应该去看看越南的水上木偶戏表演。

A: Thế à? Ở đâu có nhỉ?　是吗？在哪里有呢？

B: Chị có thể đến Nhà hát múa rối nước Việt Nam mà xem, nó nằm ở 361 Trường Trinh, phường Khương Trung, Thanh Xuân (ở ngay Ngã tư Sở); hoặc chị đến Nhà hát múa rối nước Thăng Long ở 57b Đinh Tiên Hoàng cũng được. Hàng tuần ở hai nhà hát múa rối này đều có lịch biểu diễn múa rối nước truyền thống, mua vé là có thể vào xem ạ.

你可以到越南水上木偶剧院看，这个剧院坐落于青春郡姜中坊长征路 361 号；或者你也可以到丁先皇路 57b 号的升龙水上木偶剧院。每周在这两家剧院都有传统水上木偶演戏，买票就可以进去看了。

A: Vậy à. Từ trường mình đến Nhà hát múa rối nước Việt Nam có xa không em?

这样啊。那从我们学校到越南国家水上木偶剧院远吗？

B: Cũng không xa lắm đâu chị ạ.　也不太远。

A: Thế từ trường mình có xe buýt đến đó không?

那从咱们学校有公交车到那里吗？

第四课 消遣－娱乐

B: Cũng có. Nhưng theo em đi bằng tắc xi thì sẽ tiện hơn ạ, vì đi xe buýt sẽ phải đi bộ một đoạn khá xa mới đến nơi.
也有。但照我看，打的去更方便一些，因为坐公交车的话还需要走比较远的一段路才到。

A: Ồ, vậy để chị rủ mấy bạn trong lớp cùng đi xem cho vui. Cám ơn em nhé!
哦，那等我叫几个同班同学一起去看更好玩儿。谢谢你啦！

B: Dạ, không có gì ạ. 好的，没问题。

TỪ MỚI 生词

1	dạo phố 逛街	22	thảm cỏ 草坪
2	vui chơi 好玩儿，消遣	23	xen kẽ 穿插
3	giải trí 消遣，娱乐	24	lối 小路，小径
4	chở（用车）带、载	25	râm mát 阴凉
5	hướng dẫn 引导	26	vãn cảnh 赏景
6	khu vực 区域，地区	27	quán 小店，店铺
7	gươm 剑	28	ven 沿着，沿边
8	gươm báu 宝剑	29	ngắm 观赏
9	nước ngọt 淡水	30	kem 冰激凌
10	tự nhiên 自然，天然	31	thưởng thức 品尝，品味
11	xuất hiện 出现	32	đặc sản 特产，风味美食
12	gắn với 联系，联结，关联	33	tuyệt vời 绝妙
13	thế kỷ 世纪	34	mua sắm 采购，购物
14	truyền thuyết 传说，神话	35	phố cổ 古街
15	vua 皇上，皇帝	36	rải rác 分布，散落
16	trong vắt（水）清澈	37	đồ lưu niệm 纪念品
17	tháp Rùa 龟塔	38	áo dài 奥黛，长衫
18	cầu Thê Húc 栖旭桥	39	đặc biệt 特别，尤其
19	đền Ngọc Sơn 玉山寺	40	chè 甜品，羹
20	bờ hồ 湖岸，湖边	41	chè bưởi 柚子羹
21	um tùm 茂密，茂盛	42	chè thập cẩm 什锦羹

43	sữa chua 酸奶		62	chọi 斗，争斗
44	nếp cẩm 黑糯米		63	chọi gà 斗鸡
45	ô mai 话梅		64	chọi trâu 斗牛
46	mứt 蜜饯，果脯		65	kéo co 拔河
47	trung tâm thương mại 商贸中心		66	rèn luyện sức khỏe 锻炼身体
48	hiệu sách 书店		67	khắp 遍布，遍及
49	buôn bán 买卖，批发		68	lễ hội 庙会
50	nhà hát lớn 大剧院		69	từng đám 成群地，成群结队地
51	sầm uất 繁华，繁荣		70	dã ngoại 野外
52	ban đêm 晚上，夜晚		71	chơi xuân 春游
53	chợ đêm 夜市		72	hát chèo 嘲剧
54	kéo dài 延伸、延长		73	tuồng 嗖剧
55	phố phường 街坊		74	cải lương 改良戏
56	qua loa 粗略，大略；草率，马虎		75	múa rối nước 水上木偶戏
57	trải nghiệm 体验		76	hát trống quân 军鼓调
58	thường niên 常年		77	hò Huế 顺化民歌
59	nghệ thuật 艺术		78	nền 底色，底蕴
60	múa rồng 舞龙		79	đậm 浓厚的，浓重的
61	múa sư tử 舞狮			

II. Ghi chú ngữ pháp 语法注释

1. 语气词 à, mà, hả 的用法。

(1) 语气词 à 放在句尾表示疑问，有两种情况：

  + 问话者把自己的疑问提出来，并认为自己的判断是正确的，希望得到对方的证实，如：

  -Anh mới về *à*? 你刚回来啊？

  -Thế chiều nay chúng ta không phải lên lớp nữa *à*? 那今天下午咱们不上课了呀？

  + 带有惊奇、反诘、威胁的口气，如：

-Thế *à*? Hay quá nhỉ. 这样啊？太好了。

-Mày dám hỗn với tao *à*? 你竟敢对我无礼啊？

+ à 还可以跟 ấy, đấy, kia 结合，组成 ấy à, đấy à, kia à。除了仍表示疑问外，还可表示其他语气：ấy à 表示重复对方提到的对象或事物；đấy à 表示对眼前发生的事件或事物发问；kia à 带有惊奇的语气。如：

-Chị Hoa nhờ tớ hỏi thăm cậu *đấy*! 阿花让我向你问好呢。

-Chị Hoa ở trường Đại học Sư Phạm *ấy à*? 就是在师范大学那个阿花吗？

-Cậu đang ôn bài *đấy à*? 你在复习功课呀？

-Nó giỏi thế *kia à*? 他这么厉害呀？

+ 另，语气词 ư 的用法与 à 相同。

(2) 语气词 mà 放在句尾，有三种情况：

+ 表示事理本应如此，显而易见，如：

-Vì Trung Quốc rộng quá *mà*, cho nên cũng khó mà nhớ được hết nhiều thành phố như thế. 因为中国太大了嘛，所以也很难记全这么多的城市。

-Tôi biết nó không thể thắng được *mà*. 我就知道他不可能取胜的嘛。

+ 表示责备的语气，如：

-Anh đã bảo em trước rồi *mà*. Em lại không nghe. 我早就告诉过你嘛，你就是不听！

+ 表示否定对方意见的态度，如：

-Con không muốn ăn nữa *mà*. Mẹ ăn nốt đi. 我不想吃了嘛。妈妈您吃完去吧。

+ 在口语中，mà 还可以说成 mà lại, mà lị。

(3) hả 放在陈述句或疑问句后，可以表示三种语气：

+ 表示关切问询的语气，如：

-Con thích đồng hồ này lắm *hả*? 你很喜欢这个手表，是吧？

-Em đi thế này có mệt không *hả*? 这样走你累不累啊？

+ hả 读重音，之前略有停顿，表示问中带有气愤、责备的语气，如：

-Ai cho phép mày làm thế *hả*? 谁允许你这么做的？

-Mày còn dám nói thế *hả*? 你还敢这么说是吗？

+ hả 还经常跟称呼词合在一起使用，之前略有停顿，如：

-Còn Việt Nam thì sao *hả* cậu? 那越南怎么样呢？

-Xảy ra chuyện gì đấy *hả* bố? 出什么事了爸爸？

2. Những, các, tất cả 的区别用法。

(1) Những, các 放在名词前，表示复数。一般来说，những 表示不定的复数，不过常常表示特指某些；các 则表示全数，包括一定范围内的全部。如：

-Em giới thiệu cho chị biết Việt Nam thường có *những* hoạt động văn hóa gì nhé?
你给我介绍一下越南经常有些什么文化活动吧。

-Ví dụ trong thời gian tết Nguyên Đán vừa rồi, *các* miền Việt Nam đều có tổ chức *các* loại hoạt động văn hóa như...
比如刚过去的春节期间,越南各地都有组织各种文化活动如……

-Các bạn đang thảo luận *những* vấn đề đi cắm trại.
同学们正在讨论关于去露营的问题。

-Các sinh viên đang ôn *những* bài đã học. 同学们正在复习那些已经学过的课文。

(2) những 可以放在疑问代词前,也可以放在含有疑问代词的名词词组前,表示特指,而 các 却不能这样用。如:

-Nhà em còn có *những* ai? 你家里还有哪些人?

-Trong mấy ngày nghỉ quốc khánh, cậu đã đi chơi *những* đâu rồi?
在国庆假期的几天里,你都去哪些地方玩儿了?

(3) tất cả 表示全部,它还可以放在 những, các 之前,使词义更加明确。如:

-Chị tính xem *tất cả* bao nhiêu tiền nhé. 你算算看总共多少钱吧。

-Chúng em đã ôn lại *tất cả* những bài đã học.
我们已经复习了所有那些已经学过的课文。

-*Tất cả* các bạn đều phải tích cực trả lời vấn đề nhé?
所有的同学都要积极回答问题啊!

(4) những 还可以放在一些明确的数词前,表示数量之多,如:

-Một bữa nó ăn được *những* năm bát cơm. 他一顿能吃五碗饭。

-Anh ấy thạo *những* ba thứ tiếng nước ngoài cơ. 他精通三种外语呢。

3. ngay 的多种用法。

(1) ngay 有"立即、马上"的意思,可以与 lập tức、bây giờ 连用成 ngay lập tức(立即马上)、ngay bây giờ(现在马上),如:

-Món ăn sẽ được mang ra *ngay* ạ. 菜马上就来。

-Bảo Hùng lên văn phòng gặp tôi *ngay lập tức*! 叫阿雄马上来办公室见我。

-Chúng ta hãy đi *ngay bây giờ* nhé? 咱们现在马上就走吧。

(2) ngay 还有"就、正"的意思,如:

-*Ngay* cạnh bờ hồ Hoàn Kiếm còn có Trung Tâm Thương mại Tràng Tiền và nhiều hiệu sách lớn. 就在还剑湖的边上还有长前商贸中心和多个大书店。

-Hồ Tây nằm *ngay* trong lòng thành phố Hà Nội, nên được gọi là "lá phổi" của thủ đô Hà Nội. 西湖正位于河内市中心,所以被称为首都河内的"肺"。

第四课　消遣－娱乐

-Ở *ngay* ngoài cổng trường là có một ngân hàng Công thương.
在校门外就有一个工商银行。

III. Kiến thức mở rộng　扩充知识

1. 在河内，值得外国留学生去游玩或体验越南文化的地方及相关说明。

hồ Hoàn Kiếm 还剑湖	此处还有笔塔、栖旭桥、玉山寺、龟塔。
36 phố cổ 36 古街	也称 36 街坊，分布在还剑湖周边区域。
Nhà thờ lớn HN 河内大教堂	离还剑湖不远。
Nhà hát lớn HN 河内大剧院	离还剑湖不太远，附近还有历史博物馆和革命博物馆。
chợ đêm Hà Nội 河内夜市	从还剑湖直到同春市场，包括桃行街、横街、同春街。
chợ Đồng Xuân 同春市场	河内最大的百货批发商贸市场。
công viên Thủ Lệ 首丽公园	在纸桥郡，其中包含国家动物园——百兽公园。
hồ Tây 西湖	此处还有竹帛湖、水上公园、观圣祠、镇国寺、西湖府等。
Quảng trường Ba Đình 巴亭广场	胡志明陵墓、主席府、胜利杯等也都在此处，旁边还有百草公园。
Văn Miếu 文庙	离坐落于黄耀街 46 号的中国驻越大使馆不太远。
chùa Một Cột 独柱寺	独柱寺的旁边就是军事历史博物馆。
Công viên Thống Nhất 统一公园	河内大型开放式休闲公园，周边有七亩湖、三亩湖、禅光湖、马戏院。
nhà hát múa rối nước 水上木偶剧院	在阮鹰路与长征路的交叉处，靠近 Ngã Tư Sở。
Công viên Lê-nin 列宁公园	河内大型开放式休闲公园。

2. 在河内，值得外国留学生去游玩或体验越南文化的地方及相关说明。

Taxi Mai Linh	04.38.333.333 04.38.222.666 04.38.222.555 04.38.61.61.61	Taxi Hương Lúa	04.38.25.25.25 04.38.35.35.35
		Taxi Sao Sài Gòn	04.38.31.31.31 04.38.21.21.21
Taxi Thanh Nga	04.38.215.215	Taxi ABC	04.37.19.19.19
Taxi Group	04.38.26.26.26	Taxi Thế Kỷ Mới	04.38.734.734

Taxi Hà Nội	04.38.53.53.53	Taxi Thu Hương	04. 38 36 36 36
Taxi HaNoi Tourist	04.38.56.56.56	Taxi City	04.38 222 222
Taxi Vạn Xuân	04.38.222.888	Taxi Đại Phúc	04.38 83 83 83
Taxi Sao Việt	04.32.62.62.62	Taxi Đông Đô	04.38 57 45 74
Taxi Thăng Long	04.39.71.71.71	Taxi CP	0438.26.26.26
Taxi Airport	04.38.733.333	Phú Hưng Taxi	04.32.26.26.26
Taxi Nội Bài	043.886.8888	Taxi Havina	04.35 62 62 62
Taxi Thủ đô	04.38.333333	Hùng Vương Taxi	04.32.60.60.60
Taxi Tây Hồ	04.38 45 45 45	Taxi Việt Hương	04.38 28 28 28
Taxi Hương Nam	04.38 54 54 54	Taxi Hoàn Kiếm	04.37.16.16.16

IV. Bài tập 练习

1. 很快要赴越南留学了，你对赴越留学有什么憧憬？赴越留学之后，你最想品尝越南的什么美食？你最想去哪里玩？你计划如何安排你的留学生活？请围绕这些话题展开对话练习。

2. 请根据你所在城市的实际情况完成以下对话，同时进行口头对话练习。

   (1) Hướng dẫn cho bạn Việt Nam đi dạo chơi.

   A: Phương ơi, chị sang đây du học sắp một tuần rồi, chưa được đi đâu chơi cả. Cuối tuần này chị muốn đi dạo phố mua đồ hoặc vui chơi giải trí. Theo em, chị nên đi chơi đâu hay hơn?

   B: Dạ, theo em, chị có thể đi _____ hoặc _____ đều vui chơi lắm đấy.

   A: Thế à? Em có thể giới thiệu từng nơi một cho chị không?

   B: Dạ, vâng ạ. Em rất sẵn lòng ạ. Nếu đi _____
   _____
   _____
   _____

   A: Ồ, hay quá. Em kể tiếp đi.

   B: Dạ, vâng ạ. Nếu đi _____
   _____
   _____
   _____

   Chị đi dạo chơi thế này chắc sẽ thấy thú vị lắm đấy.

   A: Thế à? Hay quá. Theo em, chị nên đi thế nào và đi bằng phương tiện gì?

   B: Nếu đi _____

第四课　消遣－娱乐

Nếu đi _____

A: Cảm ơn em nhiều nhé.

B: Dạ, không có gì.

(2) Bạn Việt Nam muốn trải nghiệm văn hóa nơi đây.

A: Lâm ơi, chị muốn sắp xếp thời gian đi chơi đâu đó để trải nghiệm một chút văn hóa nơi đây. Theo em, chị nên đi chơi những đâu hay hơn?

B: Dạ, theo em, chị có thể đi _____

hoặc _____ đều được đấy.

A: Thế à? Em có thể giới thiệu cụ thể một chút cho chị được không?

B: Dạ, vâng ạ. _____
_____
_____

A: Ừ, nghe như có vẻ thú vị lắm đấy. Còn đi _____ thì sao?

B: Dạ, _____
_____
_____

A: Hay quá. Thế hai nơi này có những xe gì đến đó?

B: Dạ, _____
_____
_____

A: Cảm ơn em nhiều nhé.

B: Dạ, không có gì.

3. 请参照语法注释部分翻译以下句子，并在括号中说明画线的词属于哪一种用法。

(1) (Thỏ nói với rùa:) Mày cũng dám chạy thi với tao <u>à</u>? Tao cho mày chạy trước!
                                         (　　　　　)
_____

(2) Thế nghĩa là anh không yêu chị ấy nữa <u>à</u>? (　　　　　)
_____

(3) Tao gọi mãi cũng không thấy mày nhấc máy. Té ra mày còn đang ngủ đấy <u>à</u>!
                                         (　　　　　)
_____

(4) (Mẹ nói với con:) Té ra con nói tiếng Việt sõi thế kia <u>à</u>? (　　　　　)
_____

(5) Chính mày đã làm việc đó. Mày tưởng tao không biết <u>ư</u>? (　　　　　)
_____

(6) Mẹ đã bảo cuộc thi đấu này rất khó mà, con cứ đòi tham gia cơ. (   )
___

(7) Tôi đã đoán trước kết quả cuối cùng là như vậy mà. (   )
___

(8) Tao không muốn đi dạo phố mà, mọi người cứ đi đi, kệ tao. (   )
___

(9) Mày dám thét với tao hả? Tao sẽ không tha cho mày đâu! (   )
___

(10) Thế kết cục thì sao hả bố? (   )
___

(11) Con thích máy tính xách tay này lắm hả? Bố sẽ cố gắng mua cho con vậy. (   )
___

(12) Thầy Lý một năm xem xong những mười mấy hai mươi quyển sách cơ. (   )
___

(13) Đợt này chúng ta chỉ kiểm tra những bài quan trọng thôi. (   )
___

(14) Tất cả các bạn đều phải hết sức coi trong hoạt động lần này nhé.. (   )
___

(15) -Cửa hàng này chủ yếu bán những gì thế? (   )
　　 -Ở đây chủ yếu bán các loại đồ lưu niệm. (   )
___

(16) Anh ta thường có việc là làm ngay lập tức, không bao giờ để đến ngày hôm sau. (   )
___

(17) Trường chúng tôi ở ngay trung tâm thành phố. (   )
___

BÀI 5   GIAO THÔNG – ĐI LẠI
第五课   交通－往来

I. Hội thoại   会话

Tình huống 1   Sang Việt Nam du học
情景 1   去越南留学

A: Cô ơi, tháng sau chúng em bắt đầu sang Việt Nam du học, chúng em nên đi thế nào ạ?
老师，下个月我们就要去越南留学了，我们应该怎么去呢？

B: Ừ, từ TP. Nam Ninh đến TP. Hà Nội có tàu hỏa liên tuyến quốc tế, nhưng mà tàu hỏa đi vào buổi tối, không thích hợp với các em. Tốt nhất là các em đi bằng ô-tô liên tuyến Sơn-Đức, 8 giờ sáng xuất phát, khoảng 4 giờ chiều là đến Hà Nội rồi, nhanh lắm.

哦，从南宁到胡志明市有国际联运的火车和汽车，不过火车是晚上运行的，不合适你们。你们最好是乘坐"德-山"联运汽车，早上8点出发，下午4点左右就到河内了，很快的。

A: Đi xe từ 8 giờ sáng đến 4 giờ chiều, thế mệt quá cô nhỉ?
乘汽车从早上8点到下午4点，那也够累的吧？

B: Ồ, không! Cũng không phải đi ô-tô 9 tiếng liền đâu, trong đó phải xuống xe làm thủ tục qua hải quan khoảng 2 tiếng và nghỉ nửa tiếng ở Lạng Sơn Việt Nam. Thường là 8 giờ sáng đi xe khách bên Trung Quốc xuất phát từ Nam Ninh, khoảng 11 giờ thì đến cửa khẩu Hữu Nghị Quan, các em xuống xe làm thủ tục qua hải quan, mất khoảng 2 tiếng đến 2 tiếng rưỡi, sau đó đi tiếp xe khách bên Việt Nam. Đi ô-tô bên Việt Nam được khoảng 1 tiếng thì người ta cho nghỉ giải lao nửa tiếng ở những nhà hàng bên đường, các em có thể ăn bữa trưa ở đó. Sau đó đi tiếp khoảng 2 tiếng rưỡi là tới Hà Nội rồi.

噢，不，并不是连续坐9个小时的车，其中包括办理过关手续大概两个小时和中途休息半个小时。常常是早上8点乘中国的客车从南宁出发，大概11点钟到友谊关关口，你们要下车办理过关手续大概两到两个半小时，然后乘坐越方的客车，约一个小时后人家会在路边的休息服务区停下来休息半个小时，你们可以在那里吃中餐。然后乘汽车继续走约两个半小时就到河内了。

B: Dạ vâng ạ. Thế có một số bạn đến TP. Hồ Chí Minh thì sao ạ?

哦，好的。那有一些同学到胡志明市的话该怎么办呢？

A: Ừ, nếu đi TP. Hồ Chí Minh thì phải mua vé ô-tô liên tuyến đến sân bay Nội Bài Hà Nội, đến sân bay Nội Bài rồi lại đi tiếp máy bay 2 tiếng đồng hồ là tới TP. Hồ Chí Minh.

如果去胡志明市的话就买到河内内排机场的联运汽车票，到内排机场之后再继续乘飞机2个小时就到胡志明市了。

B: Dạ vâng ạ. Thế chúng em đến TP. Hồ Chí Minh vào buổi tối nhỉ?

哦，好的。那我们是晚上到胡志明市了？

A: Điều đó là tất nhiên thôi. Các em nên mua vé khoảng 7 giờ tối cất cánh ở Sân bay Nội Bài, khoảng 9 giờ tối sẽ hạ cánh ở sân bay Tân Sơn Nhất của TP. Hồ Chí Minh rồi.

那是当然的了。你们买晚上7点左右的飞机票从内排机场起飞，大概晚上9点左右就到胡志明市的新山一机场了。

B: Cô ơi, chúng em đến đất khách quê người vào buổi tối, lại tay xách nách mang nhiều hành lý như vậy, chắc nguy hiểm đấy, nếu bị người ta lừa hoặc cướp giật thì sao?

老师，我们是晚上到达异国他乡，又大包小包的那么多行李，可能会有危险，如果被人家骗了或被抢劫了怎么办呢？

A: Các em đừng lo, các em hạ cánh rồi thì sẽ có xe của bên trường Việt Nam đến đón các em, và bên trường Việt Nam sẽ lo sắp xếp những việc sau.

你们不用担心，你们飞机降落之后将会有越南校方的车在那里接你们，而且校方会负责安排后面的相关事情的。

B: Nếu chúng em đi máy bay từ TP. Nam Ninh bay thẳng đến TP. Hồ Chí Minh được không hả cô?

老师，那我们可以乘飞机从南宁市直飞胡志明市吗？

A: Ừ, cũng được, cũng chỉ bay 2 tiếng đồng hồ là đến rồi, nhưng mà giá vé sẽ đắt hơn rất nhiều, đắt hơn sấp xỉ một nghìn đồng nhân dân tệ so với cách đi nói trên. Các em xem chọn cách nào?

嗯，也可以啊，也只是飞2个小时就到了，但飞机票价将会贵很多，比刚才说的那种线路贵差不多1000块钱，你们看要选择哪种方式？

B: Ôi, cũng chỉ bay hai tiếng, sao mà đắt hơn nhiều thế kia nhỉ?

噢，同样只飞2个小时而已，为什么会贵那么多呢？

A: Chắc là vì từ Nam Ninh đến Hà Nội đi lại tiện quá và rẻ quá, còn chuyến bay từ Hà Nội đến TP. Hồ Chí Minh cũng vừa nhanh vừa rẻ, mỗi ngày đều có rất nhiều chuyến,

第五课　交通－往来

rất là tiện, nên hơi ít người đi máy bay từ Nam Ninh bay thẳng đến TP. Hồ Chí Minh, chuyến bay tương đối ít, lại là liên tuyến quốc tế, cho nên giá đắt là phải thôi.

或许是因为从南宁到河内交通太方便太便宜了，而从河内到胡志明市的航班又快又便宜，每天都有很多趟航班，很方便，所以从南宁直飞胡志明市的较少，航班相对较少，又是国际联运，所以票价贵是肯定的了。

B: Dạ vâng ạ. Thế chúng em cũng chọn đường đi ô-tô với máy bay vậy. Cảm ơn cô nhé.

哦，好的。那我们也选择汽车加飞机的路线好了。谢谢老师。

B: Ừ, không có gì. 好的，没什么。

Tình huống 2　Xe du lịch Open Bus
情景 2　旅游直通车

A: Hương ơi, tuần sau chúng mình bắt đầu được nghỉ hè rồi. Chúng ta cùng đi du lịch một vòng từ Bắc xuống Nam nhé?

阿香啊，下周咱们就放暑假了。咱们一起去旅游一圈，从北部玩到南部好吗？

B: Ừ, hay quá, mình nghĩ như vậy từ lâu rồi. Thế chúng ta sẽ đi du lịch những đâu?

好啊，我也早有此意。那我们都去哪些地方玩呢？

A: Trước hết, chúng ta đi cố đô Huế, Hội An, sau đó đi Đà Lạt và xuống bãi biển Vũng Tàu, cuối cùng là TP. Hồ Chí Minh. Cậu thấy thế nào?

首先，咱们去古都顺化和会安，然后去大叻和头顿海滩，最后是胡志明市。你觉得怎么样？

B: Ừ, kế hoạch này nghe có vẻ được đấy. Thế chúng ta sẽ đi bằng phương tiện gì?

嗯，这个计划听起来不错。那咱们乘什么交通工具去呢？

A: Chúng ta đi bằng máy bay được không? Đi bằng máy bay thì nhanh hơn.

咱们乘飞机去可以吗？乘飞机的话就快一些。

B: Ôi, tớ không có đủ tiền để đi máy bay nhiều chuyến thế này.

噢，我没有足够的钱乘那么多趟飞机。

A: Tàu hỏa thì sao? Đi bằng tàu hỏa thì rẻ hơn nhiều.

火车怎么样？乘火车就便宜多了。

B: Ôi, đừng. Đi bằng tàu hỏa thì chậm quá, phí nhiều thời gian quá. Hơn nữa, các nhà ga cách những điểm du lịch còn xa, lại phải đi tắc-xi gì đó, sẽ tốn nhiều tiền hơn!

噢，别！乘火车就太慢了，太浪费时间了。况且，通常火车站离各旅游景点还比较远，又得坐出租什么的，将会耗费更多的钱。

A: À, đúng rồi. Chúng ta có thể đi bằng xe du lịch Open Bus đấy. Nghe nói xe có đưa đón tại ngay điểm du lịch, vừa rẻ vừa tiện đấy!

啊，对了。咱们可以乘旅游直通车去呀。听说这种旅游直通车就在旅游景点接送，又便宜又方便！

B: Ừ, nhỉ. Đi du lịch thế này phải mất ít nhất 10 ngày, cuối cùng thì chúng ta đi máy bay từ TP. Hồ Chí Minh bay thẳng về Hà Nội nhé?

哦，对呀。这样去旅游需要花至少10天，最后咱们就从胡志明市乘飞机直接飞回河内吧？

B: Ừ, tất nhiên rồi. 好呀，那是必须的！

TỪ MỚI 生词

1	liên tuyến 联运		12	tương đối 相对
2	thích hợp 适合		13	vẻ 样子
3	xuất phát 出发		14	phí 浪费（常用于口语）
4	liền 连续；马上，立即		15	cất cánh（飞机）起飞
5	thủ tục 手续		16	hạ cánh（飞机）降落
6	hải quan 海关		17	tốn 花费
7	xe ca 班车		18	đất khách quê người 异国他乡
8	cửa khẩu 关口		19	tay xách nách mang 大包小包的
9	sắp xếp 安排		20	lừa 骗，欺骗
10	sắp xỉ 将近，差不多		21	cướp giật 抢劫，抢夺
11	so với 与……相比		22	nguy hiểm 危险

II. Ghi chú ngữ pháp 语法注释

越南语成语

1. 越南语成语的定义和特征

越南语成语是指越南语中结构固定、意义完整的固定词组。越南语成语具有以下特征：

(1) 语义丰富、精炼、含蓄，具有高度的形象性、概括性和传情性（常带有感情色彩）。

+ 试比较：gần đất xa trời（行将就木）与 sắp chết, non sông đất nước（祖国河山）与 nước。

第五课　交通－往来

+ 成语的意义可以直接来源于其构成成分的本义，但经常是通过隐喻、对比等手段展示其意义的整体性，而不是其构成成分意义的简单相加。如：có còn hơn không（有胜于无），uổng công phí sức（白费力气），vạn sự khởi đầu nan（万事开头难），chuột sa chĩnh gạo（老鼠掉进米坛，比喻突然到了有利于自己的环境当中，相当于汉语的"如鱼得水"），châu chấu đá voi（蚍蜉撼大树），chó chê mèo lắm lông（狗嘲笑猫毛多，类似汉语的"五十步笑百步"），nước đổ lá khoai（水倒在红薯叶上，相当于水过鸭背，无济于事，耳边风）等等。

(2) 结构紧密，一般不能任意改变词序，不能抽换或增减其中的成分，具有结构凝固性，语法功能与词相当。从形式上看，以四字成语居多（约70%），此外也有二字、三字和多字成语，有的成语还可以是中间用逗号隔开的两部分。如：ăn vóc（体力充沛），nhanh như cắt（飞快如鹰），khát nước mới đào giếng（临渴掘井），kẻ tám lạng, người nửa cân（半斤八两），miệng nam mô, bụng bồ dao găm（口佛心蛇，口蜜腹剑），nhất tự vi sư, bán tự vi sư（一字为师，半字为师）等等。

2. 越南语成语的分类

按来源分，越南语成语可分为汉源成语和纯越成语两大类。

(1) 汉源成语

汉源成语即成语语料来源于汉语的成语，从借用手段上看又可以分为直接音译、意译、音译意译相结合以及改造或借用汉语语素、典故构造新成语等几类。

- 直接音译的，如：an cư lạc nghiệp（安居乐业），án binh bất động（按兵不动），cải tà quy chính（改邪归正），độc nhất vô nhị（独一无二），đồng sàng dị mộng（同床异梦）等。

- 意译的，如：môi hở răng lạnh（唇亡齿寒），chết đi sống lại（死去活来），một bước lên trời（一步登天），ếch ngồi đáy giếng（井底之蛙），bới lông tìm vết（吹毛求疵），múa dìu qua mắt thợ（班门弄斧）等。

- 音译意译相结合的，如：tham sống sợ chết（贪生怕死），anh hùng không có đất dụng võ（英雄无用武之地），lòng như dao cắt（心如刀绞），chàng ngưu ả chức（牛郎织女），khuynh thành đổ nước（倾城倾国）等。

- 改造或借用汉语语素、典故构造新成语的，如：đa nghi như Tào Tháo（像曹操一样多疑），nóng như Trương Phi（像张飞一样暴躁），sư tử Hà Đông（河东狮吼），dân giàu nước mạnh（民富国强），bế quan tỏa cảng（闭关锁港），biệt vô âm tín（别无音信），họa vô đơn chí（祸无单至，祸不单行）等。

(2) 纯越成语

纯越成语即成语语料出自于越南语本身或越南典故的成语。这类成语有的能翻译成与之对应的汉语成语，有的则无法找到与之对应的汉语成语，纯越成语更多体现了越南人民与汉族人民相区别的认知方式和思维特点。如：thẳng cánh cò bay（一望无垠），rung cây nhát khỉ（摇树吓猴，比喻吓唬有胆识的人将无济于事），bữa đực bữa cái（三天打鱼，两天晒网），rồng đến nhà tôm（贵客临门），có nếp có tẻ（儿女双全），chết đứng như Từ Hải（像徐海一样立地而毙，意为目瞪口呆、进退维谷）等。

3. 越南语成语的结构

从形态结构上看，汉源成语，尤其是音译以及音译意译相结合的成语，其结构往往与汉语成语一致。不过也有例外，比如颠倒词序的：đảo hải phiên giang（翻江倒海），khẩu tâm bất nhất（心口不一），dân quốc sinh kế（国计民生）；精简结构的：dục tốc bất đạt（欲速则不达），tứ hải giai huynh đệ（四海之内皆兄弟）；扩展结构的：độc hạc tại kê quần（鹤立鸡群），trăm sông đổ về một biển（百川归海），nhảy vào nước sôi dẫm lên lửa bỏng（赴汤蹈火）等等。

从语法结构上看，汉源成语，尤其是音译以及音译意译相结合的汉源成语，往往保留了原成语的语法结构，但部分音译意译相结合的、意译的以及改造或借用汉语语素、典故构造新成语的汉源成语也有改变原成语语法结构的情况，如"千钧一发"为并列关系，其对应的越语成语 ngàn cân treo sợi tóc 则为主谓关系；汉语成语"河东狮吼"为主谓关系，其对应的越语成语 sư tử Hà Đông 则为定中关系。

就越南语成语本身而言，其语法结构可以分为单句成语和复句成语两大类。单句成语内部也包括主谓关系、述补关系、偏正关系等结构。

复句成语也包括递进关系、并列关系、连锁关系等。递进关系的如：được voi đòi tiên（得寸进尺）；并列关系内部还包含主谓、述补和偏正等结构，如：chân lấm tay bùn（终日劳累），chịu thương chịu khó（任劳任怨），rừng vàng biển bạc（金山银海），ăn thật làm giả（偷工减料）；连锁关系的如：cha nào con ấy（有其父必有其子）等。

4. 越南语成语的语义

除了上文提到的形象性、概括性、传情性、整体性等语义特点以外，还要注意越南语成语中的汉源成语有可能发生语义上的变化。试比较以下几组成语：

① 山穷水尽：比喻陷入绝境。

Sơn cùng thủy tận：指遥远的地方，祖国的尽头。

第五课 交通－往来

② 掩目捕雀：比喻自己欺骗自己。
　　Bịt mắt bắt chim：比喻白费功夫，很难达到结果。
③ 安分守己：指规规矩矩，不做违法乱纪的事。
　　An phận thủ thường：只想维持现有的生活，不求进取。

再如：Nước chảy chỗ trũng（水往低处流），并没有"人往高处走"的隐喻，却用于感叹财富和利益都流到富人手中；

Nước trôi hoa rụng（流水落花），没有汉语的"大败亏输、落花流水"之意，而是用来形容风尘女子花残柳败的惨状；

Nước lã ra sông（溪水流入江河），并没有"百川归海"之意，而是相当于汉语的"竹篮打水一场空"。

因此，在理解越南语汉源成语时，一定要注意其语义的变化，尤其是改造或借用汉语语素、典故构造的新成语，其语素变化导致的语义变化背后往往可能蕴含着文化背景上的深层次原因。比如 dân giàu nước mạnh, bế quan tỏa cảng 等汉源成语，其中与汉语成语不同的语素就体现了鲜明的越南特色。

（此部分内容摘自谭志词、徐方宇、林丽编著的《基础越南语3》p.130—p.132，有改动。）

III. Kiến thức mở rộng　扩充知识

扩充常见的一些越南语成语，注意进行越汉双语对比。

ăn mày đòi xôi gấc 得寸进尺	góc biển chân trời 天涯海角
ăn sóng nói gió 掷地有声	kính hiền trọng sĩ 敬贤重士
ăn hoang mặc rộng 大手大脚	kinh trời động đất 惊天动地
ăn cây táo rào cây sung 吃里爬外	kén cá chọn canh 挑三拣四，挑肥拣瘦
bắt cá hai tay 脚踏两船	khôn lắm dại nhiều 聪明反被聪明误
biệt tăm biệt tích 无影无踪	không cánh mà bay 不翼而飞
bốn bể là nhà 四海为家	làm không bõ công 得不偿失
bới lông tìm vết 吹毛求疵	làm phúc phải tội 好心不得好报
bụng làm dạ chịu 自作自受	lấy ơn báo oán 以德报怨
buông lời bướm ong 说蜂话蝶，出语轻薄	lo bò trắng răng 杞人忧天
bữa đực bữa cái 三天打鱼，两天晒网	lòng chim dạ cá 鸟心鱼腹，朝三暮四
cá mè một lứa 一丘之貉	lòng lang dạ thú 狼心狗肺

cái tóc cái tội 罪大恶极，罪恶滔天	lời ngon tiếng ngọt 甜言蜜语
chỉ non thề bể 山盟海誓	lợn lành chữa lợn què 弄巧成拙
chim sa cá lặn 沉鱼落雁	mật ít ruồi nhiều 僧多粥少
chửi chó mắng mèo 指桑骂槐	môi hở răng lạnh 唇亡齿寒
chín người mười ý 各抒己见	một ngày đằng đẵng coi bằng ba năm 一日三秋
chân ướt chân ráo 风尘未掸	một mất một còn 势不两立，你死我活
châu chấu đá voi 蚍蜉撼大树——不自量力	một công đôi việc 事半功倍
chó ngồi bàn độc 小人得志	mẹ tròn con vuông 母子平安
có thủy có chung 有始有终，始终如一	nếm mật nằm gai 卧薪尝胆
có nếp có tẻ 子女双全	nhất cử lưỡng tiện 一举两得
có tật giật mình 做贼心虚	nhanh như tên lửa 快如离弦之箭
có mới nới cũ 喜新厌旧	nóng như Trương Phi 像张飞一样暴躁
của đi thay người 破财消灾	Nói toạc móng heo 一语道破，一针见血
đa nghi như Tào Tháo 多疑如曹操	nước chảy đá mòn 水滴石穿
đàn gảy tai trâu 对牛弹琴	nước mắt cá sấu 鳄鱼的眼泪——假慈悲
đầu trâu mặt ngựa 牛头马面	nuôi ong tay áo 养虎为患
đắt như tôm tươi 贵如鲜虾	ruột để ngoài da 胸无城府，直肠子
đánh rắn để đầu 斩草不除根	thay trời làm mưa 替天行道
đo bò làm chuồng 量体裁衣	tiền vào như nước 财源滚滚
đục nước béo cò 浑水摸鱼	tình yêu sét đánh 一见钟情
đục trong vá ngoài 拆东墙补西墙	trên đe dưới búa 水深火热
được voi đòi tiên 得寸进尺	trên làm dưới theo 上行下效
ếch ngồi đáy giếng 井底之蛙	trên dưới một lòng 上下一心，团结一致
hai bàn tay trắng 白手起家	trăm hoa đua nở 百花齐放
giơ cao đánh khẽ 雷声大雨点小	trống đánh xuôi, kèn thổi ngược 乱七八糟
giơ tay giơ chân 指手画脚	vung tiền như rác 挥金如土
già néo đứt dây 物极必反	xa chạy cao bay 远走高飞

第五课 交通－往来

IV. Bài tập 练习

1. 熟练掌握一些常见的越南语成语，尝试将扩充知识部分已有释义的越南语成语翻译成汉语。

2. 请根据实际情况回答以下问题，同时进行口头对话练习。

   (1) Nếu lớp các em sang Việt Nam du học, các em sẽ đi thành phố nào trường nào du học?
   _____
   _____

   (2) Nếu lớp các em sang Việt Nam du học, các em sẽ đi như thế nào?
   _____
   _____
   _____

   (3) Nếu em sắp sang Việt Nam du học, em sẽ mang theo những đồ gì?
   _____
   _____

   (4) Nếu nghỉ hè em và bạn em cùng đi du lịch một chuyến với kinh phí mỗi người 2000 đồng, các em sẽ đi đâu du lịch và đi bằng phương tiện gì? Hành trình sẽ được sắp xếp như thế nào?
   _____
   _____
   _____
   _____

   (5) Nếu cuối tuần này em sẽ dẫn một bạn Việt Nam đi chơi một ngày, em định dẫn bạn ấy đi đâu chơi và đi bằng phương tiện gì? Hành trình sẽ được sắp xếp như thế nào?
   _____
   _____
   _____
   _____

3. 请根据释义找出与下列越南语成语相对应的汉语成语。

   (1) ăn đũa trả đũa：吃筷子还筷子   (   )
   (2) ăn sống nuốt tươi：吃生的吞鲜的   (   )
   (3) rước voi giày mả tổ：引象踏祖坟   (   )

(4) tre già măng mọc：竹老笋生　　　　　　　　　（　　　　　）

(5) ăn cháo đái bát：啜粥溺碗　　　　　　　　　（　　　　　）

(6) chó gặp phải ruồi：狗打哈欠遇到苍蝇　　　　（　　　　　）

(7) điếc không sợ súng：聋不惧枪　　　　　　　（　　　　　）

(8) giận cá chém thớt：恨鱼砍砧　　　　　　　　（　　　　　）

(9) chó cắn áo rách：狗咬破衣　　　　　　　　　（　　　　　）

(10) lạy ông tôi ở bụi này：先生，我在这儿呢　　（　　　　　）

4. 请将下列句子翻译成汉语，注意其中画线的越南语成语。

(1) Chỉ cần qua dăm ba tháng học lớp đào tạo này, <u>người trần mắt thịt</u> cũng sẽ có những tài năng siêu việt, làm được những việc "dị thường".

(2) Nó học hành <u>chả ra ngô ra khoai gì</u>, chưa đến kỳ thi mà đã sách vở một nơi người một nẻo.

(3) Đúng là "<u>mèo mù gặp cá rán</u>"! Vốn kế hoạch tích lũy dần mà mua với giá thấp, nhưng không ngờ đã "chén" khá ngay trong phiên này!

(4) Chăm lo cho người có công vừa là trách nhiệm của Đảng và nhà nước, vừa là đạo lý "<u>uống nước nhớ nguồn</u>" của dân tộc Việt Nam.

(5) Vừa thấy tôi xuống xe thì anh ấy đã <u>ba chân bốn cẳng</u> lao tới trước mặt tôi.

(6) Làm kế hoạch báo cáo bắt buộc phải cẩn thận, nếu không sẽ <u>sai một li đi một dặm</u> đấy.

(7) Trước khi khai giảng, bố mẹ tôi <u>lo đông chạy tây, chạy ngược chạy xuôi</u>, mới gom góp (拼凑) đủ học phí cho tôi để tôi được đi đại học một cách thuận lợi.

(8) Láng giềng hàng xóm trong làng chúng tôi thường <u>đồng lòng chung sức</u>, cùng nhau vượt qua khó khăn, chứ không phải "<u>nhà nào biết nhà ấy</u>".

BÀI 6 VIỆT NAM: ĐẤT NƯỚC VÀ CON NGƯỜI
第六课　越南民俗风情

I. Hội thoại　会话

Hội thoại tình huống　Bàn về "Chương trình Du lịch về Cội nguồn"
情景对话　讨论"寻根之旅"活动

A: Ô, Hải Yến! Em đi đâu về mà tay xách nách mang như vậy? Đưa hai túi kia để anh xách cho. Anh đang định ghé thăm em đây.

喂，海燕！你从哪里回来呀，这样大包小包的？把那两个袋子递给我，我帮你拿吧。我正要去看你呢。

B: Ôi, gặp anh ở đây thật may quá! Lúc nãy em còn thầm mong gặp ai đó để nhờ giúp. Đúng là buồn ngủ gặp chiếu manh!

在这里遇到你真是太幸运了！刚才我还想着能碰见哪个人帮我一下就好了。正中下怀呀！

A: Anh cũng vừa ở quê lên Hà Nội đấy chứ. Sao em không gọi điện bảo các bạn cùng phòng ra đón?

我也刚从家乡回到河内。你怎么不打电话叫你的室友来接你呢？

B: Ồ, em gọi rồi! Có ba bạn đi vắng, còn hai bạn chắc còn đang ngủ, cho máy rung hoặc im lặng, nên không có ai nhấc máy. Còn anh thì sao? Hai hôm nay em có gọi cho anh nhưng không gọi được.

哦，我打过了。有三个同学外出了，还有两个同学大概还在睡觉，可能把电话调为振动或静音了，所以都没有接电话。我已经发短信了。你呢？你怎么回事？这两天我打电话给你都打不通！

A: À, vì có việc gia đình gấp nên anh đi ngay, không kịp báo tin cho em.

啊，因为我家里有急事我走得急，都没来得及告诉你。

B: Thì ra vậy, thảo nào em không liên lạc được với anh. Điện thoại hết pin à?

原来如此，难怪我都联系不上你。电话没电了吗？

A: Cũng không hẳn thế. Về đến nhà, anh không may đánh rơi cái điện thoại xuống nước. Hôm nay mới chữa xong. Em đi đâu về mà mang nhiều đồ thế?

也不完全是这样。回到家之后，我不小心把电话掉到水里了。今天才修好。你从哪里回来的，带这么多东西！

B: Anh không nhớ tháng này là tháng lễ hội của người Việt Nam à? Em được chọn làm đại biểu sinh viên lớp Vân Nam tham dự "Chương trình Du lịch về Cội nguồn", nên em mới đi Lào Cai du lịch về đấy.

你不记得这个月是越南的庙会月呀？我被选为云南班的学生代表参加"寻根之旅"，刚参加活动回来呢。

A: Ừ, anh có nghe báo chí nói đến. Anh đã từng đi Lào Cai một đôi lần, nhưng đã lâu lắm rồi. Bây giờ lễ hội ở đó chắc có nhiều cái mới lắm phải không? Em kể cho anh nghe nào.

嗯，我看到了报纸的报道。我曾经去过老街两三次，但已经很久了。现在那里的庙会肯定有很多新内容吧？说来听听。

B: Nhiều cái hay lắm. Anh biết đấy, lễ hội Lào Cai là dịp để đồng bào các dân tộc Lào Cai, du khách Việt Nam và du khách nước ngoài như bọn em cùng tụ hội, nên ngoài phần lễ với những nghi thức trang trọng, phần hội là những màn trình diễn văn nghệ, điệu múa dân gian, các trò chơi dân gian. Dù đã đọc và nghe kể chuyện về lễ hội dân tộc trước đây, nhưng trăm nghe không bằng một thấy, vui và lạ mắt lắm anh ạ.

有很多有趣的内容呢。你知道的，这个庙会是老街各民族同胞、越南游客和像我们这样的外国游客聚会的机会，因此除了庄重的仪式以外，庙会还有文艺表演、民间舞会和各种民间游戏。尽管之前看过书，听人说过民族庙会的情况，但是百闻不如一见，这个庙会真是既有趣又很有特色呢。

A: Thế em thích nhất những trò chơi nào? 那你最喜欢哪种游戏呢？

B: Cái gì cũng thích! Nhưng em thích nhất là trò chơi ném còn, cờ người, nhảy sạp và cả kéo co nữa. À, lại còn các trích đoạn văn nghệ dân gian nữa chứ. Rất giống quê mình Côn Minh! Mấy bạn Nhật Bản và Thái Lan thích quá cũng lên biểu diễn luôn.

哪种都喜欢！但我最喜欢的是抛绣球、下人棋、跳竹竿舞，还有拔河。啊，还有民间折子戏，很像我的家乡昆明！日本和泰国的几个朋友太喜欢了，所以都忍不住上台表演了。

A: Thế còn Sapa? Các em có kịp lên Sapa không?

沙巴呢？你们有时间去沙巴吗？

B: Sao lại không có chứ! Anh không nhớ nữa à? Sapa là vùng đất mộng tưởng của em khi mới sang Việt Nam, mãi bây giờ em mới có dịp đi đấy!

第六课 越南民俗风情

怎么没去呢！你不记得了？沙巴就是我刚到越南时就梦想着要去的地方呢，直到现在我才有机会去！

A: Ở Sapa, em thích cái gì nhất nào? Lại tất cả chứ?

在沙巴，你最喜欢什么呢？又是全部吗？

B: Biết ngay mà, anh lại cười em rồi đấy. Đúng là ở Sapa em thích tất cả! Cả mây, cả gió, cả sương mù, và cả đèo cao dốc ở đây nữa. Đứng ở trên đèo cao dốc, chỉ ngắm nhìn và thở thôi, cũng thấy đáng để vượt trăm ngàn cây số đến nơi đây. Còn có những cảnh tự nhiên mang cảnh sắc thiên đường, đẹp biết bao! Chẳng hạn như Thác Bạc, Cầu Mây, bãi đá cổ, bản Cát Cát...

我就知道，你又笑话我了。的确，我喜欢沙巴的一切，包括沙巴的云、风、雾，甚至包括那里的高岭陡坡。站在沙巴的高岭陡坡上，只是在那里欣赏和呼吸，就感觉值得不远千里而来。还有那些天堂般的自然景点，多美呀，比如白银瀑布、云桥、古石滩、吉吉山村等。

A: Trời ơi, chỉ 2 ngày thôi mà các em tham quan được nhiều thế à? Đi hết cả Sapa rồi.

天哪，才两天你们就参观那么多了？整个沙巴都玩儿遍了！

B: Nhưng bọn em không kịp đi phiên chợ tình Sapa huyền thoại, tiếc ơi là tiếc.

但是我们没来得及去传奇般的沙巴爱情集市呢，遗憾极了。

A: Ồ, không sao. Sau này còn có cơ hội mà. Lần sau hai anh em mình cùng đi nhé? Chúng ta còn có thể đi lên Bắc Hà để ngắm cảnh hang Tiên, thăm đền Trung Đô, rừng tự nhiên Cốc Ly, vui chơi trong ngày hội Lồng Tồng (xuống đồng) mùa xuân. Chúng ta còn có thể nếm thử các món ăn đặc sản miền núi ở phiên chợ Bắc Hà nữa cơ. Em có muốn đi nữa không?

噢，没关系的，以后还有机会嘛。下次咱们俩一起去吧，咱们还可以去北河参观神仙洞、中都祠、谷理天然森林，庆祝春天的开春下田庙会。咱们还可以去北河集市品尝山区里的各种特色美食。你还想去吗？

B: Chà, kế hoạch của anh thật hấp dẫn quá. Chỉ nghe thôi mà em đã náo nức lắm rồi.

哇，你的计划真是太吸引人了。光听我就已经迫不及待了。

A: Hay quá. Để anh kế hoạch kỹ đã nhé. Đúng rồi, du xuân trên đất Lào Cai, em có mang một chút gì của miền núi sơn cước về làm kỷ niệm không?

太好了。让我先好好计划一下。对了，你去沙巴春游，带山区的什么东西回来做纪念吗？

B: Có chứ, điều đó là tất nhiên rồi. Nếu không thì sao em phải tay xách nách mang như vậy! Trong đó có cả phần quà cho anh đấy. À, đúng rồi, trong túi màu vàng mà anh đang xách có những miếng thổ cẩm "xịn" mà em mua ở Sapa đấy.

有啊，那是必须的。要不然我怎么会这样大包小包的呢！其中也有给你的一份礼物呢。对了，在你提的那个黄色袋子里面有几块我在沙巴买的正宗苗锦呢。

A: Thế nào là thổ cẩm "xịn" hả em? Sao anh không biết? Anh cho rằng cứ mua thổ cẩm ở Sapa là xịn rồi.

怎样才算正宗的苗锦呢？我怎么不知道？我觉得只要是在沙巴买的苗锦就是正宗的了。

B: Quê ơi là quê, đàn ông có khác! Thổ cẩm "xịn" là phải do chính tay phụ nữ dân tộc thêu tay mất vài tuần, đường nét hơi thô sơ một chút, nhưng màu sắc rất hài hòa, tràn đầy những tâm huyết và tình cảm nồng nàn của phụ nữ cơ.

你们男人都一个样，也太孤陋寡闻了！正宗的苗锦是由少数民族妇女花几个星期亲手织的，线条相对粗糙，但颜色很和谐，凝聚了妇女们的心血和浓厚感情呢。

A: Thế à? Thế em tặng một cái cho anh đi! 是嘛。那你送我一块呗！

B: Thôi, anh đừng trêu em nữa. Mà này, trong túi to mà anh đang xách có cả mật ong rừng, rượu táo mèo nữa đấy. Ưu tiên anh chọn quà trước, nhưng chỉ được chọn một thứ thôi nhé. Còn lại là phần của Lê Linh và các bạn khác nữa.

行了，你别逗我了。对了，你提的那个大袋子里面还有野生蜂蜜和山楂泡酒呢。给你优先挑个礼物，但只能选一种哦。剩下的就是黎玲和其他同学的了。

A: Cám ơn nhé. Nhưng anh là con trai nên phải để các bạn nữ chọn trước chứ. Em nhìn xem, Lê Linh và Trần Phượng đang ra đón em kia kìa! Đúng là nhắc đến Tào Tháo là Tào Tháo đến ngay!

谢了。但我是男生，应该让女生先挑。你看，黎玲和陈凤正出来接你来了。真是"说曹操曹操到"啊！

TỪ MỚI 生词

1	cội nguồn 根源，起源	8	pin 电池
2	tay xách nách mang 大包小包的	9	hết pin 没电了
3	đi vắng 外出	10	rơi 掉落；脱落；丢掉
4	rung 震动	11	chữa 修，修理；修改，改（作业等）
5	nhấc máy 接电话	12	lễ hội 礼会，庙会
6	thì ra（=té ra）原来，原来如此	13	đại biểu（名词）代表
7	liên lạc 联络，联系	14	Lào Cai 老街

15	báo chí 报纸，报刊	34	cảnh sắc 景色
16	đồng bào 同胞	35	huyền thoại 神话
17	tụ hội 聚集，会聚	36	chà（叹词）哇
18	nghi thức 仪式	37	hấp dẫn 吸引人，诱人
19	trang trọng 庄重，隆重	38	náo nức 跃跃欲试，迫不及待
20	trình diễn 展演，表演	39	du xuân 春游
21	điệu múa dân gian 民间舞会	40	sơn cước 边远山区；山脚
22	trò chơi dân gian 民间游戏	41	thổ cẩm 苗锦
23	lạ mắt 新鲜	42	xịn 上等的，正宗的
24	ném còn 抛绣球	43	thêu 绣，刺绣
25	cờ người 人棋	44	đường nét 线路，纹路
26	nhảy sạp 跳竹竿舞	45	thô sơ 粗糙，粗陋
27	kéo co 拔河	46	hài hòa 和谐
28	trích đoạn văn nghệ dân gian 民间折子戏	47	tràn đầy 溢满，充满
29	mộng tưởng 梦想	48	tâm huyết 心血
30	sương mù 霜雾	49	nồng nàn 浓厚的，浓郁的
31	đèo cao dốc 高坡，陡坡	50	mật ong rừng 野生蜂蜜
32	ngắm nhìn 仔细观赏	51	rượu táo mèo 山楂泡酒
33	thở 呼吸	52	ưu tiên 优先

II. Ghi chú ngữ pháp 语法注释

越南语俗语

1. 越南语俗语的定义

越南语有着丰富的俗语。越南语俗语是由越南人民所创造，并在群众口语中广泛流传，结构相对固定、语义完整的通俗语句。俗语被视为越南民族语言的精髓，反映了越南人民群众的生活经验、愿望以及风俗习惯等。

2. 俗语与成语、歌谣的区别

在越南语中，俗语与成语、歌谣的区别在于：俗语是句子，表达的是一个判断；

而成语则是词组，是构成句子的成分之一，表达的是一种概念。俗语与民歌、歌谣类似，是一种文学创作体裁，属于越南民间文学范畴，但俗语倾向于表达理智（如民间哲理等），歌谣则偏重于表达情感。

3. 越南语俗语的基本特征

越南语俗语具有以下主要的基本特征：

(1) 口语性和通俗性

俗语形成于民众的口头创作，并以口耳相传的方式流传，因而具有浓厚的口语色彩和通俗性。比如：

-Nhắc đến Tào Tháo là Tào Tháo đến ngay.（说曹操曹操到）

-Cái nết đánh chết cái đẹp.（品德"打死"美貌，相当于汉语的"德重于貌"）

-Ba người dại, hợp lại thành người khôn.（三个傻瓜加在一起成为一个聪明人，相当于汉语的"三个臭皮匠，赛过诸葛亮"）

(2) 生动形象

俗语往往通过生活中通俗易懂的例子来说明道理、传播知识，具有生动性和形象性。比如：

-Cựa lắm càng sầy vầy（越挣扎，鳞越破）展现鱼在渔网中挣扎的形象

-Học ăn, học nói, học gói, học mở. 通过吃、说、包、剥（粽子）等越南人日常生活中最习以为常的动作来表达对为人处世之道的学习

-Đời cha ăn mặn, đời con khát nước. 通过"父辈吃得咸，儿辈就口渴"的表述来表达"父债子还"的意思，富于形象性

(3) 内容完整，形式灵活

一句俗语可以由一个、两个或多个分句组成，共同表达一句完整的判断（命题）。如：

-Buồn ngủ gặp chiếu manh.（正中下怀）

-Voi không đẻ, nếu đẻ thì đẻ con to.（不鸣则已，一鸣惊人）

-Bụng làm dạ chịu, kêu chả ai thương.（自作自受，叫苦有谁心疼）

-Ở tinh gặp ma, ở quỷ gặp quái, gian tà gặp nhau.（装精遇到魔，装鬼遇到怪，奸邪两相遇）

越南语俗语在传播过程中常常会随地区、行业以及个人的习惯、爱好等的不同而出现形式上的细微差别，这就造就了其表述上的相对灵活性，比如表达汉语的"善有善报，恶有恶报"，可以说 Ở hiền gặp lành, ở ác gặp dữ，也可以说 Ở hiền gặp hiền, ở ác gặp ác，还可以说 Ở hiền gặp hiền, ở bạc gặp bạc；表达"远亲不如近邻"，既可以说 Anh em xa không bằng láng giềng gần，也可以说 Bán anh em xa, mua láng giềng gần。

(4) 具有丰富的知识性和文化性

越南语俗语是越南人民群众对社会生活经验和民间知识的总结，包含了越南人对自然和社会的认知，包含丰富的民俗文化信息。

1）体现自然经验和知识的：Đêm tháng năm, chưa nằm đã sáng（五月的夜晚，还没躺下天就亮了）；Ngày tháng mười, chưa cười đã tối（十月的白天，还没得笑一下天就黑了）；Kiến dọn tổ thời(thì) mưa（蚂蚁搬家，天会下雨）。

2）体现社会经验和知识的：Vị tình vị nghĩa, ai vị đĩa xôi đầy（为情为义，谁为一满盘糯米饭）；Việc người thì sáng, việc mình thì quáng〔（别人的事情就明智，自己的事情就盲目）类似汉语的"当局者迷，旁观者清"〕。

3）体现越南物质文化的：越南人十分重视饮食，如俗语 Có thực mới vực được đạo（有食才能有味道）；Trời đánh còn tránh bữa ăn（天打雷也要避开吃饭时间）。

+越南是一个农业国，越南人以稻米为主食，喜食糯米、鱼、鸡肉、狗肉、蔬菜、腌菜、腌茄、鱼露、酱等。这些食物也常常出现在越南语俗语当中，如：Đói ăn rau, đau uống thuốc（饿吃菜，痛喝药），Cơm tẻ mẹ ruột（粳米似亲妈），Cần ăn cuống, muống ăn lá（芹菜吃梗，空心菜吃叶），Có cà thì tha gắp mắm (cá)（有茄子就不再夹鱼露）。

+越南人喜欢饮酒喝茶，俗语 Tửu tam, trà nhị〔酒三，茶二（即酒过三巡，茶饮两杯方能体其味）〕，Vô tửu bất thành lễ（无酒不成礼），反映了越南人的酒茶文化。

+嚼槟榔是越南人的传统习俗，俗语 Miếng trầu là đầu câu chuyện（先让槟榔，后聊家常），Miếng trầu nên dâu nhà người（吃片槟榔，成人新娘）则反映了越南人的槟榔文化。

+与"食"一样，衣着也是人类最基本的需求。在越南，二者的关系为：Ăn lấy chắc, mặc lấy bền（吃要吃得扎实，穿要穿得结实），Ăn Bắc mặc Kinh（吃就要吃北方的菜，穿就要穿京族的衣）。此外，越南人也认为"人靠衣装"：Người đẹp về lụa, lúa tốt về phân, chân tốt về hài, tai tốt về hoa（人美因绸，稻香因粪，脚舒因鞋，耳美因环）。

4）体现越南制度文化的：制度文化包括社会组织制度、教育制度、家族制度和风俗等。

+社会组织制度方面，国家（朝廷）—村社一直是越南社会基本结构，且村社具有高度自治性。越南语俗语当中有大量反映这一社会组织制度的俗语，如：Phép vua thua lệ làng（王法不敌村规）；Thà thiếu thuế vua hơn thua lệ làng（宁欠王税，不违村规）；Làng theo thể lệ làng, nước theo thể lệ nước（村有村规，国有国法）。

+ 受儒家文化影响，越南历来重视教育。Không thầy đố mày làm nên（没有老师难成事），Một giọt máu đào hơn ao nước lã（血浓于水），Cha truyền con nối（父传子业，子承父业），Chị ngã em nâng, Một người làm nên cả họ được cậy, một người làm bậy cả họ mất nhờ（一人成才家族皆可靠，一人胡作非为家族失去靠山）等俗语，反映了越南受儒家宗法和伦理思想的深刻影响；Môn đăng hộ đối（门当户对），Lấy vợ kén tông, lấy chồng kén giống（娶妻选宗，嫁夫挑种），Ăn mày nơi cả thể, làm rể nơi nhiều con（乞讨去人多的地方，做女婿选多子的家庭）等俗语则反映了越南人的婚俗文化。

5）体现越南精神文化的：精神文化包括传统道德、哲学思想以及宗教信仰等方面。越语俗语 Có miếng còn hơn có tiếng（有吃的胜过有名声），Người sống, đống vàng（人活着，一堆金〔类似汉语的"留得青山在，不怕没柴烧"〕）反映了越南人的务实思想和重视人的力量；俗语 Một cây làm chẳng nên non, ba cây chụm lại nên hòn núi cao（独木不成林，三木合拢成高山），Lá lành đùm lá rách（好树叶包裹坏树叶）反映了越南人重视集体、团结互助的思想；俗语 Ác giả ác báo, thiện giả thiện báo（恶有恶报，善有善报），Lễ phật quanh năm không bằng ngày rằm tháng giêng（终年拜佛不如正月十五），Đi với phật mặc áo cà sa, đi với ma mặc áo giấy（与佛同行穿袈裟，与鬼同行穿纸衣）等则反映了越南人的宗教观念。

4. 越南语俗语的句法结构

从句法结构来看，越南语俗语主要分为单句俗语和复句俗语两大类。

(1) 单句俗语

单句俗语是由一个短句或短语充当的，能独立的表达一个完整意思的俗语。越南语单句俗语又可以分为主谓句俗语和非主谓句俗语，如：

1) 主谓句俗语

-Con gái là con người ta.（女孩都是给别人生的）

-Cái nết đánh chết cái đẹp.（德重于貌）

-Tránh voi chẳng xấu mặt nào.（好汉不吃眼前亏）

-Trăm nghe không bằng một thấy.（百闻不如一见）

-Tấc đất tấc vàng.（寸土寸金）

2) 非主谓句俗语

-Đừng thấy lợi nhỏ mà bỏ nghĩa lớn.（见利忘义）

-Đừng đùa với lửa.（切勿玩火）

-Chớ lấy thành bại mà luận anh hùng.（勿以成败论英雄）

(2) 复句俗语

　　复句俗语是由两个或两个以上意义相关、结构上互不做语法成分的分句，搭配一定和谐音调而构成的俗语。越南语复句俗语主要分为联合复句俗语和偏正复句俗语。此外，越南语复句俗语的构成方式有两种：一种是由两个或两个以上的分句按一定的次序直接组合起来，成为一个复句俗语；一种是借助起关联作用的词语，把两个或两个以上的分句组合起来，成为一个复句俗语。因此，这类复句俗语中两个或多个分句之间的关系又可以分为并列关系、选择关系、假设或条件关系、转折关系、连锁关系等等。

1) 联合复句俗语

　　A. 表示并列关系。各分句之间一般不用关联词来连接。如：

-Thứ nhất tu tại gia, thứ nhì tu chợ, thứ ba tu chùa.（先修房屋，后修集市，再修寺庙）

-Giàu sang lắm kẻ đón chào, khó khăn dẫu có kêu gào ai thương.（富贵则嘘寒问暖，穷苦哭号有谁管；富贵他人和，贫贱亲友疏）

-Dại làm cột con, khôn làm cột cái.（愚顶木头，智挑大梁）

　　B. 表示选择关系。两个分句之间常用"...chẳng...thì..."、"thà...còn hơn/chớ/không/chẳng mà..."等关联词来连接。如：

-Thà thiếu thuế vua chẳng thua lệ làng.（宁欠王税，不违村规）

-Voi chẳng đẻ, đẻ thì to.（不鸣则已，一鸣惊人）

2) 偏正复句俗语

　　A. 表示连锁关系。两个分句之间则常用"...nào...nấy"、"...đâu...đấy"、"ai...ấy..."、"...sao...vậy"等关联词来连接。如：

-Ăn cây *nào*, rào cây *ấy*.（食哪棵树爱护那棵树）

-Bệnh *nào* thuốc *nấy*.（对症下药）

-Cha mẹ đặt đâu con ngồi đấy.（父母之命，媒妁之言）

　　B. 表示因果关系。两个分句之间则常用"vì...mới..."、"đã...thì..."、"bởi..."等关联词来连接。如：

-Đã thương *thì* thương cho trót, đã vót *thì* vót cho nhọn.（帮人帮到底，送佛送到西）

-Con hư *bởi* tại cha dong.（子不教，父之过）

　　C. 表示条件关系。两个分句之间则常用"...dù/dẫu...cũng/không..."、"dù....vẫn..."、"có...mới..."、"mới..."、"tuy..."等关联词来连接。如：

-Có thực *mới* vực được đạo.（有食方能卫道；仓廪实而知礼节）

-Yêu người *mới* được người yêu.（爱人才能被人爱；爱人者人恒爱之）

-Muốn ăn quả, phải trồng cây.（想吃果，须种树）

-Muốn may thì phải có kim, muốn hay thì ắt phải đi tìm người xưa. (要缝衣需有针，要想进步就找过来人)

（此部分内容摘自谭志词、徐方宇、林丽编著的《基础越南语》（3）p.156—159、p.168—170，有改动。）

III. Kiến thức mở rộng　扩充知识

扩充一些常见的越南语俗语，注意进行越汉双语对比。

Ăn cám trả vàng. 吃人糠皮，报以黄金。

Ăn bát cơm dẻo, nhớ nẻo đường đi. 喝水不忘挖井人；吃饭不忘种田人。

Ăn quả nhớ kẻ trồng cây. 吃果不忘种树人，饮水不忘挖井人。

Ăn không ngon, ngủ không yên. 寝食不安。

Biết người biết ta, trăm trận trăm thắng. 知己知彼，百战不殆。

Bò ăn mạ thì dạ bò hay. 自己做的事情自己清楚。

Cá nằm dưới dao. 人为刀俎，我为鱼肉。

Cà cuống chết đến đít còn cay. 江山易改，本性难移。

Cao không tới, thấp không thông. 高不成，低不就。

Chặt đầu cá, vá đầu tôm. 拆东墙，补西墙。

Chim có tổ, người có tông. 鸟有巢，人有宗。

Chim đậu không bắt bắt chim bay. 栖鸟不抓抓飞鸟（不切实际）。

Chưa thấy người, đã thấy tiếng. 未见其人，先闻其声。

Chưa thấy quan tài chưa nhỏ lệ. 不见棺材不落泪。

Chưa khỏi rên đã quên thầy thuốc. 呻吟未止忘良医。

Chưa học bò, đã học chạy. 还没学会爬就想学跑。

Chuyện mình thì quáng, chuyện người thì sáng. 当局者迷，旁观者清。

Có công mài sắt, có ngày nên kim. 只要功夫深，铁杵磨成针。

Có tiền mua tiên cũng được. 有钱能使鬼推磨。

Có tiếng không có miếng. 有名无实。

Con không chê cha mẹ khó, chó không chê chủ nghèo. 子不嫌母丑，狗不嫌主穷。

Con sâu làm rầu nồi canh. 一颗老鼠屎搅坏一锅汤。

Cọp chết để da, người chết để tiếng. 豹死留皮，人死留名。

Cơm không ăn, đòi ăn cứt, nhẹ không ưa, ưa nặng. 敬酒不吃吃罚酒。

Dạy con dạy thuở còn thơ, dạy vợ dạy thuở ban sơ mới về. 教子趁年幼，教妻初娶时。

Diệt giặc phải diệt trùm. 擒贼先擒王。

Đã làm thì phải trét. 一不做，二不休。

第六课　越南民俗风情

Đầu ruồi còn hơn đuôi trâu. 宁做鸡头，不作凤尾；宁为鸡口，不为牛后。
Gần bùn mà chẳng hôi tanh mùi bùn. 出淤泥而不染。
Gió đông thổi bạt gió tây. 东风压倒西风。
Gừng càng già càng cay. 姜越老越辣。
Hoạ bởi miệng ra, bệnh qua miệng vào. 祸从口出，病从口入。
Kiếm củi ba năm thiêu một giờ. 养兵千日，用兵一时。
Làm đồng nào, xào đồng ấy. 今朝有酒今朝醉。
Lên non cho biết non cao. 登山方知山高。
Lời nói gói vàng. 好话胜似黄金（好话一句三冬暖）。
Lời nói chẳng mất tiền mua, lựa lời mà nói cho vừa lòng nhau.
说话并不花钱买，好言好语好相劝。
Một người làm quan thì sang cả họ. 一人得道，鸡犬升天。
Mèo khen mèo dài đuôi. 王婆卖瓜，自卖自夸。
Nước đến chân mới nhảy. 临时抱佛脚。
Ông nói ông phải, bà nói bà hay. 公说公有理，婆说婆有理。
Quạ nào là quạ chẳng đen. 天下乌鸦一般黑。
Phúc bất trùng lai, họa vô đơn chí. 福不重来，祸无单至。
Thuốc đắng dã tật, nói thật mất lòng. 良药苦口利于病，忠言逆耳利于行。
Trâu già không sợ dao phay. 死猪不怕开水烫。
Trẻ được manh áo, già được bát canh. 幼有所养，老有所依。
Voi chết vì ngà, chim chết vì lông. 人为财死，鸟为食亡。
Ưa nhẹ không ưa nặng. 吃软不吃硬。
Yếu trâu còn hơn khỏe bò. 瘦死的骆驼比马大。

IV. Bài tập　练习

1. 熟练掌握一些常见的越南语俗语，尝试将扩充知识部分扩充的越南语俗语翻译成汉语。
2. 请根据实际情况回答以下问题，同时进行口头对话练习。

    (1) Ở thành phố em thường có những hoạt động văn hóa gì?

    _____
    _____

(2) Nếu bạn Việt Nam của em muốn trải nghiệm văn hóa ở đây, em sẽ giới thiệu bạn ấy tham gia những hoạt động gì? Tại sao?
_____
_____
_____

(3) Ở thành phố em có những thổ đặc sản gì đáng để người nước ngoài mua về làm quà?
_____
_____
_____

(4) Theo em, thành phố em có những món ăn đặc sắc gì đáng để người nước ngoài nếm thử?
_____
_____
_____

(5) Nếu em sang Việt Nam du học, em định đi du lịch những nơi nào?
_____
_____
_____

(6) Nếu em đi thành phố Hà Nội du học, em định đi chơi những đâu để trải nghiệm văn hóa Việt Nam?
_____
_____
_____

(7) Nếu em đi TP. HCM du học, em định đi chơi những đâu để trải nghiệm văn hóa Việt Nam?
_____
_____
_____

3. 请将下列越南语俗语翻译成汉语。
   (1) Chớ vuốt râu hùm. _____
   (2) Anh em bốn bể một nhà. _____
   (3) Có đi có lại mới toại lòng nhau. _____
   (4) Cha nào con ấy. _____
   (5) Vỏ quýt dày có móng tay nhọn. _____
   (6) Cho nhau vàng, không bằng trỏ đàng đi buôn. _____
   (7) Được làm vua, thua làm giặc. _____

第六课　越南民俗风情

(8) Thuyền theo lái, gái theo chồng. _____

(9) Tốt gỗ hơn tốt nước sơn. _____

(10) Sinh sự thì sự sinh. _____

(11) Ăn mật trả gừng. _____

(12) Tội vịt chưa qua, tội gà đã tới. _____

(13) Đứng núi này, trông núi kia. _____

(14) Khôn ba năm, dại một giờ. _____

(15) Đi một ngày đàng, học một sàng khôn. _____

(16) Ông khen ông hay, bà khen bà giỏi. _____

(17) Trâu bò húc nhau, ruồi muỗi chết. _____

4. 请将下列越南语俗语翻译成汉语，同时在括号内注明其属于哪种语法结构。

(1) Của rề rề không bằng nghề trong tay. （　　　　　　　）
_____

(2) Lợn đói một năm không bằng tằm đói một bữa. （　　　　　　　）
_____

(3) Người làm ra của chứ của không làm ra người. （　　　　　　　）
_____

(4) Lưỡi mềm độc quá đuôi ong. （　　　　　　　）
_____

(5) Dâu dâu rể rể cũng kể là con. （　　　　　　　）
_____

(6) Lời chào cao hơn mâm cỗ. （　　　　　　　）
_____

(7) Đói cho sạch, rách cho thơm. （　　　　　　　）
_____

(8) Người sống, đống vàng. （　　　　　　　）
_____

BÀI 7   BƯU CHÍNH – VIỄN THÔNG
第七课　邮电－通信

I. Hội thoại   会话

Tình huống 1   Mua sim / thẻ điện thoại ở đại lý bưu chính
情景 1   在邮政代理店买电话卡

A: Em chào chị ạ. Ở đây có bán sim điện thoại đúng không ạ?
你好。这里有电话卡卖对吧?

B: Có chứ. Em mua sim Mobi, Vina hay Viettel?
有啊。你要买 Mobi 的、Vina 的还是 Viettel 的?

A: Để em xem đã. Loại nào gọi điện rẻ nhất ạ?   我先看看。哪一种打电话最便宜呢?

B: Thực ra loại nào cũng vậy thôi, không khác mấy đâu. Nhưng Viettel thì tương đối rẻ hơn, còn có thể gọi trực tiếp sang Trung Quốc được.
其实哪种都一样，没太大区别。但 Viettel 的相对便宜一些，还可以直接打到中国。

A: Thế à? Gọi sang Trung Quốc bao nhiêu tiền một phút hả chị?
是吗？打到中国多少钱一分钟呢?

B: Trong tài khoản thì tính khoảng 4 nghìn một phút, nhưng vì sim có khuyến mãi, tính ra cũng chỉ mất hơn 1 nghìn một phút thôi. Song, tài khoản chia thành tài khoản chính và tài khoản khuyến mãi, tài khoản khuyến mãi không dùng cho gọi điện quốc tế nhé.
话费约四千越盾一分钟，但由于电话卡有优惠，算起来一分钟也只花一千多越盾。不过，话费里分为原始话费和优惠话费，优惠话费是不能用来打国际长途电话的。

A: Thế vẫn còn đắt nhỉ. Em nghe nói có thể gọi điện qua mạng Internet sang Trung Quốc chỉ mất 5, 6 trăm đồng một phút thôi.
那也还是贵。我听说可以通过网络打电话到中国，一分钟只花五六百越盾。

B: Đúng, ở quán Internet bên cạnh này là có ngay rồi. Chẳng qua có khi gặp việc gấp gì đó cũng gọi bằng sim Viettel cho tiện.

第七课 邮电－通信

对，在旁边这家网吧就有。只不过有时候碰上有急事也会用到 Viettel 的卡。

A: Vâng. Sim Viettel bán bao nhiêu tiền một cái ạ? 也是。Viettel 的卡一张多少钱呢？

B: Có nhiều loại lắm. Ví dụ loại này thì bán 48 nghìn có tài khoản 120 nghìn. Còn loại này bán 65 nghìn nhưng có tài khoản 160 nghìn. Em lấy loại nào?

有很多种。比如这种卖 4 万 8 千越盾，有话费 12 万越盾。而这种卖 6 万 5 千越盾，有话费 16 万越盾。你要哪一种？

A: Thế cho em loại 65 nghìn đi. Em có thể chọn số không ạ?

那给我 6 万 5 千越盾的那种吧。我可以选号码吗？

B: Có, em chọn đi. 可以，你选吧。

A: À, đúng rồi, khi mua thẻ để nạp tiền có khuyến mại gì nữa không ạ?

哦，对了。如果买话费卡来充值还有什么优惠吗？

B: Có, nhưng khuyến mại ít thôi. Chỉ khi công ty có hoạt động kỷ niệm ngày lễ gì đó mới khuyến mại, thường là tặng 50% hoặc 100% tài khoản. Em phải để ý tin nhắn thông báo của công ty mới được.

有，但优惠很少。只有公司有什么纪念活动的时候才会搞促销，常常是赠送 50% 到 100% 的话费。你要留意公司发的广告短信才行。

A: Dạ, vâng ạ. Thảo nào em nghe nói ở Việt Nam thường sử dụng hai sim, một sim là số cố định, chuyên dùng để nghe thôi. Còn sim khác gọi hết là vứt đi, lại mua một cái mới để gọi.

哦，好的。难怪我听说在越南常常使用两个手机，一个是固定号码，专门用来接听。而另一个打完就扔掉，另外买新的来打。

B: Đúng rồi, vì mua sim mới rẻ hơn thẻ nhiều mà.

对啊，因为买新的卡比话费卡便宜多了。

Tình huống 2 Gọi điện cho bạn Việt Nam
情景 2 打电话给越南朋友

A: A-lô, ai đấy? 喂，你好。哪位啊？

B: Chào chú ạ. Anh Hùng có nhà không ạ? 你好。阿雄在家吗？

A: Hùng nào nhỉ? Ở đây không có ai tên là Hùng cả.

哪个阿雄？这里没有哪个叫阿雄哦。

B: À, xin lỗi, chắc cháu gọi nhầm số rồi. 哦，对不起。大概我打错电话了。

(Bấm lại số điện thoại) （重新按电话号码）

B: A-lô ạ. Cháu muốn gặp anh Hùng ạ. 喂，您好。我想找一下阿雄。

C: Tôi là mẹ Hùng Hùng đây. 我是阿雄的妈妈。

B: Dạ, cháu chào bác ạ. Bác cho cháu gặp anh Hùng được không ạ? Cháu là bạn anh

Hùng ạ. 哦，伯母好。我想找阿雄可以吗？我是他的朋友。

C: Ừ, cháu cầm máy và chờ một chút nhé. 好的。你别挂电话，稍等一会儿啊。

B: Dạ, vâng ạ. Cảm ơn bác ạ. 好的，谢谢伯母。

D: A-lô, ai đấy ạ? 你好，哪位呀？

B: Phương đây. Sao em gọi mãi không thấy anh nhấc máy? Nên em đành phải gọi vào số nhà anh vậy.

我是阿芳啊。为什么我打了好久你都不接电话？所以我只好打你家里的电话。

D: Ồ, xin lỗi. Tối qua anh uống say quá. Mẹ anh vừa mới gọi anh dậy. Có việc gì không em? 哦，不好意思，昨晚我喝醉了。我妈妈刚叫我起床呢。你有什么事吗？

B: Hôm qua anh hẹn với em là 9 giờ sáng nay anh đèo em đi Bưu điện Hà Nội gửi đồ cơ mà, anh quên rồi à?

昨天你跟我约好今天早上9点带我去河内邮局寄东西的嘛，你忘记了？

D: À, chết, anh quên mất. Đúng là tối qua anh uống say quá. Bây giờ là 9 giờ rưỡi, 10 giờ đi vẫn kịp. Thế nửa tiếng sau anh đến đón em nhé.

啊，糟糕，我忘了。昨晚我的确喝得太多了。现在是9点半，10点去也还来得及。那我半个小时后来接你吧。

B: Vâng ạ. Anh phải nhanh nhé. 好的，你要快点哦。

D: Được rồi. Thế nhé. Byebye. 知道了。就这样。拜拜。

Tình huống 3　Ở Bưu điện Hà Nội
情景3　在河内邮电局

A: Em chào chị ạ. Em muốn gửi một số hàng mẫu cho bạn em ở TP. Hồ Chí Minh, và gửi một bức thư sang Trung Quốc ạ.

你好。我想把一些样品寄给我在胡志明市的朋友，还想寄一封信回中国。

B: Em điền vào giấy gửi bưu kiện theo mẫu này.

你按照这个样本填一下这张包裹单。

A: Vâng ạ. Em có phải đóng vào thùng gỗ không ạ? 好的。要装木箱吗？

B: Không. Những đồ này không phải là đồ dễ vỡ, không phải đóng vào thùng gỗ đâu, chỉ cần đóng vào hòm giấy cho nhẹ cước.

不用。这些东西不属于易碎品，不用装木箱，装进纸箱就可以了，这样能减少邮资。

A: Dạ, vâng ạ. Em còn muốn gửi thư sang Trung Quốc nữa.

好的。我还想寄信到中国。

B: Em muốn gửi thư thường hay thư bảo đảm? 你想寄平信还是挂号信？

A: Em muốn gửi thư bằng chuyển phát nhanh, mấy hôm thì đến nơi ạ? Vì đây là giấy

第七课　邮电－通信

mời gửi sang cho công ty bên Trung Quốc để làm visa, hơi gấp.

我想寄特快专递，几天可以到呢？因为这是给中方公司的邀请函，办签证用，有点急。

B: Khoảng một tuần mới đến nơi em ạ. Nếu muốn dùng ngay thì em Fax sang còn nhanh hơn nhiều, tội gì phải gửi mất mấy ngày?

要大概一周才能到哦。如果急着用的话你可以传真过去，这样快很多，何必要花几天时间寄呢？

A: Thế à? Ở đây có thể Fax sang Trung Quốc được không?

是吗？这里可以传真到中国吗？

B: Được chứ. Em sang Quầy bên kia kìa.　当然可以。你到那边那个柜台去办。

A: Vâng ạ, Cảm ơn chị ạ.　好的，谢谢你。

B: Đừng khách sáo.　不客气。

TỪ MỚI 生词

1	sim 卡、芯片	17	để ý 留意
2	sim điện thoại 电话卡	18	tin nhắn 短信
3	thẻ 卡、卡片	19	thông báo 通知
4	thẻ nạp tiền 充值卡	20	cố định 固定
5	đại lí 代理	21	vứt đi 扔掉
6	bưu chính 邮政	22	gọi nhầm 打错电话
7	không ... mấy 不太	23	cầm máy 指拿着电话、不挂断
8	trực tiếp 直接	24	nhấc máy 接电话
9	tài khoản 账户	25	đành 只好
10	khuyến mại 优惠	26	say 醉；晕眩
11	tính ra 算起来	27	kịp 及时，来得及
12	chẳng qua 只不过	28	đón 接，迎接
13	việc gấp 急事	29	hàng mẫu 样本，样品
14	tiện 方便	30	bưu kiện 邮包，邮件
15	kỷ niệm 纪念	31	điền 填，填写
16	ngày lễ 纪念日，节日	32	thùng 箱子

33	dễ vỡ 易碎的	39	visa 签证
34	nhẹ cước 减少邮资	40	gấp 紧急、着急
35	thư thường 平信	41	fax 传真
36	thư bảo đảm 挂号信	42	tội gì 何必
37	chuyển phát nhanh 特快专递	43	quầy 柜台
38	giấy mời 邀请函	44	khách khí 客气

II. Ghi chú ngữ pháp 语法注释

1. chét 的用法。

(1) chét 有 "死" 的意思，如：chét mất ngáp 当场死亡，chét đến nơi 死到临头。

　-Hôm qua, con chó của tôi *chét* rồi. 昨天，我的狗死掉了。

　-Trong vụ tai nạn này, có nhiều người bị *chét*. 在这次灾难中有不少人遇难了。

(2) chét 有 "停止、不运行了" 的意思，如：

　-Đồng hồ của tôi lại *chét* rồi. 我的表又停了。

　-Máy lại *chét* rồi, không chạy được nữa. 机器又出了故障，无法运转了。

(3) chét 还有 "糟糕" 的意思，如：

　-À, *chét*, anh quên rồi. 啊，糟糕，我忘了。

　-Ôi, *chét*, lại mưa rồi. 哎呀，糟了，又下雨了。

2. đi, đến, sang 的区别用法。

　　đi, đến, sang 都有 "去、到、来" 的意思，其区别如下：

(1) đi 是指从一个地方去另外一个地方，使用范围较广，如：

　-Tuần sau tôi *đi* Bắc Kinh. 下周我去北京。

　-Anh muốn *đi* thư viện xem sách, em có *đi* không? 我想去图书馆看书，你去吗？

(2) đến 有 "来、到达" 之意，是指到达具体的、明确的某个地方，如：

　-Ngày mai anh *đến* nhà em ăn cơm nhé. 明天你来我家吃饭吧。

　-3 giờ chiều anh *đến* văn phòng gặp giám đốc nhé.

　下午3点你到办公室去见经理吧。

(3) sang 主要强调从某个地方转移到、跨越到另一个地方，尤其指从某国跨越到另一个国家，如：

　-Cháu ơi, *sang* đây, ông cho cháu ăn cái kẹo. 孩子，过来，爷爷给你糖吃。

　-Bạn *sang* Việt Nam được bao lâu rồi? 你来越南多久了？

第七课　邮电－通信

-Ở đây có thể Fax *sang* Trung Quốc được không? 这里可以传真到中国吗?

+ 有时还可以指把某物变换成另一物，如：

-Em muốn *đổi* tiền Trung Quốc *sang* tiền Việt 我想把中国钱换成越南钱。

-Các em *dịch* bài này *sang* Tiếng Hán cho thầy. 你们帮我把这篇文章译成汉语。

3. sống, cuộc sống, đời sống 的区别用法。

　　sống, cuộc sống, đời sống 都有"活、生活"的意思，其用法区别如下：

(1) sống 有多种意思如下：

　　+ 表示"生活、过活"，如：

-Bà ấy bây giờ đang *sống* ở Mỹ. 现在她在美国生活。

　　+ 表示"还活着，没有死"，如：

-Cá này vẫn còn *sống*, chưa chết đâu. 这条鱼还活着，没死呢。

　　+ 表示"生的、没有熟"，如：

-Người Việt Nam thích ăn rau *sống*. 越南喜欢吃生的蔬菜。

(2) cuộc sống 一般用于指比较具体的或日常的生活，如：cuộc sống hàng ngày 日常生活，cuộc sống nhân dân 人民的生活（指人民的日常生活）。

-Hiện nay, nhân dân ta đang sống một *cuộc sống* hòa bình, hạnh phúc.

现在，我们的人民正过着和平、幸福的生活。

-*Cuộc sống* hàng ngày của tôi chỉ thế thôi. 我每天的生活就这样而已。

(3) đời sống 用于指抽象的生活，如：đời sống xã hội 社会生活，đời sống tinh thần 精神生活，đời sống vật chất 物质生活，大学生活用 đời sống sinh viên 或 cuộc sống sinh viên 都可以。如：

-*Đời sống* ở trường của chúng tôi hết sức đầm ấm và vui vẻ.

我们的学校生活非常温馨而愉快。

-Đoàn nghệ thuật huyện thường đến vùng sâu vùng xa biểu diễn để làm phong phú thêm *đời sống* tinh thần của nhân dân ở đó. 县艺术团常常到边远山区表演，以丰富当地人民的精神生活。

III. Kiến thức mở rộng　扩充知识

1. 越南的三大通信公司是：MOBIPHONE，VINAPHONE 和 VIETTEL MOBILE

2. 越南的常用电话号码：110 登记拨打国际电话　113 警察　114 火警　115 医院急救　116 区内查询　117 查时间　119 修理电话　108 或 1080 社会、经济、文化咨询

3. Từ vựng bổ sung 补充词汇

tem 邮票	phong bì 信封
họ tên 姓名	giới tính 性别
quốc tịch 国籍	ngày sinh 出生日期
địa chỉ 地址	số bưu chính 邮政编码
cước / cước phí 邮费、邮资	hồ dán/ keo dán 糨糊、胶水
máy di động 手机	sóng khỏe / yếu 信号强 / 弱
tin nhắn 信息	nhắn tin 发短信
pin 电池	hết pin 没电了
sạc pin 充电	cái sạc pin 充电器
mở máy 开机	tắt máy 关机
máy bàn 固定电话	hòa mạng 入网
hòm thư 邮箱	thùng thư 邮筒
ấn phẩm 印刷品	văn phòng phẩm 办公用品
giấy báo nhận 邮件通知单	giấy báo nhận tiền 汇款通知单
người đưa thư 邮递员	giấy biên nhận 签收单、收条
quá cân 超重	chứng minh thư 身份证
điện thoại đường dài 长途电话	điện thoại quốc tế 国际电话
điện thoại nội hạt 市内电话	điện thoại khác mạng 网外电话
tổng đài 总机	máy nhắn tin BP 机

第七课　邮电－通信

4. Hướng dẫn học sinh viết đơn xin nghỉ học 指导学生写请假条：

CỘNG HÒA XÃ HỘI CHỦ NGHĨA VIỆT NAM
Độc lập – Tự do – Hạnh phúc

ĐƠN XIN NGHỈ HỌC

Kính gửi: Phòng Quan hệ Quốc tế trường ĐHHN

Đồng kính gửi: chủ nhiệm lớp

Họ và tên: Lê Phương   Giới tính: nữ   Ngày sinh: 20-08-1988

Em là lưu học sinh Trung Quốc lớp Quảng Tây A. Vì mẹ em bị ốm nặng, nên em xin nghỉ học một tuần từ ngày 22/10 – 26/10 để được về nhà thăm mẹ. Xin được cô chủ nhiệm lớp và các thầy cô Phòng Quan hệ Quốc tế xem xét và đồng ý, đồng thời xin Phòng Quan hệ Quốc tế giúp đỡ em làm visa hộ em để em được về nước sớm và về nhà thăm mẹ.

Xin trân trọng cảm ơn.

Ý kiến của chủ nhiệm lớp   Hà Nội, 02/10/2008

                                        Người làm đơn: Lê Phương

                                                (Ký tên)

Ý kiến của Phòng Quan hệ Quốc tế

IV. Bài tập　练习

1. 请就"电话卡、打电话、电话费、物流、寄快件"等主题进行对话练习。
2. 请根据实际情况回答以下问题，同时进行口头对话练习。

(1) Nếu bạn Việt Nam của em hỏi về chuyện mua sim điện thoại, em sẽ giới thiệu bạn ấy mua sim điện thoại của hãng nào? Tại sao?

_____

_____

(2) Nếu bạn Việt Nam của em muốn mua một chiếc máy điện thoại di động mới ở Trung Quốc, em sẽ giới thiệu bạn ấy mua máy di động của hãng nào? Tại sao?

_____

_____

(3) Nếu bạn Việt Nam của em muốn mua một chiếc máy tính xách tay ở Trung Quốc, em sẽ giới thiệu bạn ấy mua máy tính xách tay của hãng nào? Tại sao?
_____
_____

(4) Nếu bạn Việt Nam của em muốn gửi một số tài liệu quan trọng đến Bắc Kinh, em sẽ giới thiệu bạn ấy gửi qua chuyển phát nhanh của công ty nào? Tại sao?
_____
_____

(5) Nếu bạn Việt Nam của em muốn gửi một thùng sách về Việt Nam, theo em nên gửi như thế nào?
_____
_____

3. 请参照语法注释部分翻译以下句子，注意画线部分的越语表达法。

(1) 噢，<u>糟糕</u>，这个天看起来快要下大雨了，还踢什么球呢！
_____
_____

(2) <u>死到临头</u>了你才紧张才害怕，还有什么用？
_____

(3) 我的电脑又<u>死机</u>了，你可以帮我修一下吗？
_____

(4) 噢，那个<u>挂钟</u>又<u>停</u>了，你给它换上新电池吧。
_____

(5) 请问用越南的手机卡打电话<u>到中国</u>贵吗？
_____

(6) 今天下午四点你<u>到</u>系主任办公室一趟，他有事找你。
_____

(7) 对于咱们中国人来说，外语<u>译成</u>汉语是顺译，汉语<u>译成</u>外语是逆译。
_____
_____

(8) 你什么时候去越南留学？你希望去河内还是去胡志明市留学？
_____
_____

(9) 你去过北京吗？你到过万里长城吗？
_____
_____

(10) 你要把这些钱换成美元还是越南盾？
_____
_____

(11) 你在越南的留学生活怎么样？在那边过得愉快吗？习惯了吗？
_____
_____

(12) 她现在正在香港过着一种平静的生活，请你不要打扰（quấy rầy）她。
_____
_____

(13) 我们不应该过度追求物质生活，而要注意提高精神生活质量。
_____
_____

4. 假设在越南留学期间，你突然生病了，没办法去上课，请写一个请假条拜托班长交给任课老师。同时，你还需要打电话向越南老师请假，请进行打电话练习。

5. 假设在越南留学期间，你家里突然有急事，你需要请几天假回国，请写一个详细的请假条说明情况，并请求越方学校给你办理签证所需证明以便尽早回国；同时你要打电话给班主任看他/她下午有没有空来学校，你要让他/她签字，然后才能递交到国际交流处。

BÀI 8 ĐỔI TIỀN – MỞ TÀI KHOẢN
第八课 换钱 – 开账户

I. Hội thoại 会话

Tình huống 1 Đổi tiền ở cửa hàng vàng bạc
情景 1 在金店换钱

A: Chào em. Em đổi tiền à? 你好。你要换钱吗？

B: Vâng ạ. Em muốn đổi tiền Trung Quốc sang tiền Việt, và đổi một ít đô-la Mỹ nữa. Tỷ giá hiện nay là bao nhiêu ạ?
是的。我想把中国钱换成越南钱，还想换少量美金。现在汇率是多少呢？

A: Bây giờ 1 đồng Nhân dân tệ ăn 3500 đồng Việt Nam. Còn tiền đô thì 1 đô ăn 21.000 VND. Em muốn đổi bao nhiêu?
现在1元人民币换3500越盾。而美金的话1美金换2万1千越盾。你要换多少？

B: Nhưng tỷ giá hình như hơi thấp anh ạ. 不过汇率好像有点低。

A: Ối giời ơi, thế là em không biết rồi. Đổi ở đây là cao nhất Hà Nội rồi em ạ. Em không tin thì cứ đi hỏi những chỗ khác để so sánh, không sao đâu!
哎呀，我的天啊，那就是你不懂了。在这里换是河内最高的了。你不相信的话可以先对比多几家店铺，没关系的。

B: Thế à? Nghe nói ở các cửa hàng vàng bạc phố Hà Trung đổi được cao nhất cơ mà.
是吗？听说在河忠路的金店换得最高。

A: Làm gì có? Chỗ anh còn cao hơn bên đó em ạ. Nếu mà em không tin thì cứ gọi điện hỏi luôn. Số điện thoại đây. Bên kia chủ yếu phục vụ các công ty, thương gia và du khách nước ngoài. Còn chỗ anh gần trường học, chủ yếu phục vụ lưu học sinh nước ngoài mà.
哪有？我这里比那边还高呢。你不信的话你可以马上打电话去问一下。这是电话号码。那边主要为公司、商人和外国游客服务。而我这里靠近学校，主要为外国留学生服务嘛。

B: Thôi, được rồi. Em đổi ở đây vậy. Em đổi 1000 đồng Nhân dân tệ và 200 đô-la Mỹ.
算了，我就在这里换吧。我换1000元人民币和200美金。

A: Ok. 1000 nhân với 3500 được 3 triệu 500 nghìn. Còn 200 đô nhân với 21.000 là 4 triệu 200 nghìn. Tất cả là 7 triệu 700 nghìn. Em tính xem có đúng không?

好的。1000乘以3500得350万。200美金乘以21000是420万。总共是770万越盾。你算一下看对不对。

B: Vâng. 好的。

A: 7 triệu 700 nghìn đây. Em đếm xem nhé. 这是770万越盾。你数一下。

B: Vâng…đủ rồi. Cảm ơn anh. 好的……对了。谢谢。

A: Ừ, không có gì. Đổi tiền ở đây em cứ yên tâm, bọn anh kinh doanh rất có uy tín. Lần sau dẫn các bạn khác đến đây đổi tiền nhé.

好，不用谢。在这里换钱你尽管放心，我们是诚信经营的。下次你带其他同学来我这里换钱哦。

B: Vâng. Chào anh ạ. 好的。再见。

Tình huống 2　Chúng em muốn mở tài khoản ở ngân hàng
情景2　我们想在银行开账户

A: Cô ơi, bọn em muốn gửi tiền ở ngân hàng, vì mang nhiều tiền theo người nguy hiểm quá. Nhưng bọn em không biết gửi như thế nào, và thủ tục có phiền phức không ạ?

老师，我们想把钱存进银行，因为带很多钱在身上太危险了。但我们不知道怎么存，手续麻烦吗？

B: Cái đấy dễ thôi. Trước hết các em phải mở tài khoản ở ngân hàng. Nếu có nhiều em muốn mở tài khoản, cô có thể bảo người ta đến trường làm thủ tục. Chỉ cần điền một tờ đơn xin mở tài khoản và nộp 50 nghìn lệ phí, ba ngày sau là được thẻ ngân hàng rồi. Có thẻ ngân hàng rồi thì các em tự mang tiền đến ngân hàng gửi, sau đó có thể rút tiền ở bất cứ máy rút tiền tự động nào.

哦，这个容易！首先你们要在银行开银行账户。如果你们想开户的人多的话，我还可以叫他们来学校办手续呢。只需要填一张开户申请表并交5万越盾手续费，三天后就可以取得银行卡了。有了银行卡你们就可以自己带钱到银行存了，然后可以在任何一个自动取款机取钱。

A: 50 nghìn lệ phí à? Nhiều thế? 5万越盾手续费呀？怎么这么多呀？

B: À, không. 50 nghìn là lần đầu tiên các em phải gửi vào thẻ, khi nào các em không dùng nữa, làm thủ tục trả thẻ sẽ được trả lại 50 nghìn đấy.

哦，不。5万越盾是你们首次要存进银行卡的钱，你们什么时候不用了，办完销卡手续银行会返还你们这笔钱的。

A: Thế ạ? Thế cũng được nhỉ? Nhưng gửi tiền vào thẻ ngân hàng có phải nộp lệ phí gì không ạ? 这样呀？那还可以哦。但存钱进银行还要交什么手续费吗？

B: Không. Người ta không thu lệ phí gì cả. Còn có lãi suất nữa cơ, tất nhiên là ít thôi. 不，他们不会收什么手续费的。还有利息呢，只不过比较少而已。

A: Thế mở tài khoản ở ngân hàng nào tốt hơn ạ? 那在哪个银行开户比较好呢？

B: Có nhiều ngân hàng lắm, ví dụ ngân hàng Công Thương Việt Nam, ngân hàng Đầu tư và Phát triển Việt Nam… Ở ngay ngoài cổng trường có một ngân hàng Công thương. Các em mở tài khoản ở ngân hàng này là được rồi.
有很多银行，比如：越南工商银行、越南投资与发展银行等。校门口就有一个工商银行，你们就在这个银行开户就行了。

A: Vâng. Đúng rồi, nghe nói thẻ ngân hàng Trung Quốc cũng có thể rút tiền ở bên này đúng không ạ?
好的。对了，听说中国的银行卡也可以在这边取钱对吗？

B: Ừ, chỉ cần là thẻ có chữ "yin lian" thì có thể rút tiền ở bất cứ quầy rút tiền tự động nào có chữ "yin lian". Nhưng lệ phí hơi cao, hình như khoảng 5% đấy. Và trên màn hiện ra tiếng Anh, các em phải đọc được tiếng Anh mới được.
对，只要是有"银联"字样的卡就可以在这边任何一个有着"银联"字样的自动取款机取钱了。但手续费比较高，好像约百分之五呢。而且在屏幕上显示的是英语，你们要看得懂英语才行。

A: Vâng. Thế tiền rút ra là tiền Trung Quốc hay là tiền Việt Nam ạ?
哦。那取出来的钱是人民币还是越南盾呢？

B: Tất nhiên là Việt Nam đồng chứ. Ngân hàng sẽ tự động đổi thành Việt Nam đồng, nhưng tỷ giá hình như thấp hơn trên thị trường.
当然是越南盾了。银行会自动转换成越南盾，但汇率好像比市场上低一些。

A: Vâng, trong lúc khẩn cấp thì điều đó cũng không quan trọng lắm. Cảm ơn cô ạ. Ngày mai bọn em sẽ mở tài khoản ở ngân hàng Công thương Việt Nam ạ.
哦，在紧急的时候这个倒也无所谓了。谢谢老师，明天我们就在工商银行开户。

TỪ MỚI 生词

1	đổi tiền 换钱，兑换货币		4	cửa hàng vàng bạc 金店
2	vàng 黄金		5	nhân dân tệ 人民币
3	bạc 白银		6	VND (Việt Nam Đồng) 越南盾

7	đô-la Mỹ 美元，美金	21	thủ tục 手续
8	tỷ giá 汇率	22	phiền phức 麻烦
9	so sánh 比较，相比	23	trước hết 首先
10	chỗ 地方	24	nộp 交，上缴
11	tin 相信	25	thẻ ngân hàng 银行卡
12	chủ yếu 主要	26	tài khoản ngân hàng 银行账户
13	nhân 乘	27	lệ phí 手续费
14	chia 除	28	máy rút tiền 取款机
15	cộng 加	29	tự động 自动
16	trừ 减	30	lãi suất 利息
17	đếm 数，数数	31	màn 屏幕，显示屏
18	yên tâm 放心	32	khẩn cấp 紧急
19	kinh doanh 经营	33	quan trọng 重要
20	nguy hiểm 危险		

II. Ghi chú ngữ pháp　语法注释

1. 越南语中加、减、乘、除及小数、分数、图形、度衡量等的表达法。

(1) 加、减、乘、除的读法。

+ 加是 cộng, cộng vào 加进去，cộng thêm 加上，cộng với 与……相加，如：
2+2=4 读作 2 cộng 2 được / là 4。

+ 减是 trừ, trừ đi 减去，如：5-2=3 读作 5 trừ đi 2 được / là 3。

+ 乘是 nhân, nhân với 乘以，nhân lên 乘起来，如：2×3=6 读作 2 nhân 3 được / là 6。

+ 除是 chia, chia thành 除以 / 分成，如：100÷2=50 读作 100 chia (thành)2 được / là 50。

(2) 小数的读法。小数中的点 "." 读 phẩy，如：

0.04 không phẩy không bốn

6.05 sáu phẩy không năm

(3) 越语中分数的读法是：先读分子，后读分母，与汉语相反，如：

四分之一 读：một phần tư

二又七分之三 读：Hai ba phần bảy

50% 读：năm mươi phần trăm

100% 读：（một）trăm phần trăm

(4) 各种形状的表达法。

hình vuông 矩形，hình chữ nhật 长方形，hình tam giác 三角形，hình thoi 菱形，hình thang 梯形，hình lập phương 正方体，tựa hình khối 长方体，hình tròn 圆形，hình bầu dục 椭圆形，hình trụ 圆柱体，hình nón 圆锥体。

(5) 各种度衡量单位的读法。

+ 重量单位：mi-li-gam (mg) 毫克，gam (g) 克，lạng 公两（100 克），ki-lô-gam(kg)（南方常用 ki-lô 或 ký，北方常用 cân）公斤 / 千克，tấn (t) 吨。

+ 长度单位：mi-li-mét (mm) 毫米，Xen-ti-mét (cm) 厘米，mét(m) 米，ki-lô-mét(km) cây số, cây 千米 / 公里。

+ 面积单位：mi-li-mét vuông (mm^2) 平方毫米，xen-ti-mét vuông (cm^2) 平方厘米，mét vuông (m^2) 平方米，héc-ta /ha 公顷， ki-lô-mét vuông (km^2) 平方千米，cây số vuông (km^2) 平方公里。

+ 体积单位：mi-li-mét khối (mm^3) 立方毫米，xen-ti-mét khối (cm^3) 立方厘米，mét khối (m^3) 立方米。

+ 容积单位：mi-li-lít (ml) 毫升，lít (l) 升。

2. hiện nay, bây giờ, ngày nay, hiện giờ, giờ này 等的区别用法。

hiện nay, bây giờ, ngày nay, hiện giờ, giờ này 都有"现在"的意思，但在实际运用中仍有一定的区别：

(1) hiện nay 一般指较长时间的"现在"，如：

-Tỷ giá giữa tiền Trung và tiền Việt *hiện nay* là bao nhiêu ạ?

现在人民币和越币之间的汇率是多少呢？

-*Hiện nay* thị trường quốc tế không được ổn định lắm. 现在国际市场不太稳定。

(2) bây giờ 指较短时间的"现在"，有"此刻、当下"之意，如：

-*Bây giờ* anh đang làm gì? 现在你在做什么？

-Chúng ta đi ngay *bây giờ* nhé. 咱们现在马上走吧。

(3) ngày nay 则指更长时间的"现在"，有"当今"之意，如：

-Trong thời đại *ngày nay*, ai chẳng thế? 在当今时代，谁不这样？

-Con người trong xã hội *ngày nay* đâu còn cái chất hồn hậu của ngày xưa nữa. 现在的社会风气不如以前那么淳朴了。

(4) 而 hiện giờ, giờ này 也都指短时间的"现在"，有"此时此刻"之意，有时也可以单用 giờ，如：

-*Hiện giờ / giờ này* lại đang mưa to, làm sao đi được. 现在又在下雨，怎么去得了。

-Hiện giờ / giờ này / bây giờ thì anh ấy không ở đây nữa.

现在他就不在这里了。（表示刚才还在，但现在已经离开了）

-Nhờ có vịnh Hạ Long, thị xã Hạ Long nhỏ bé và bụi bặm trước đây giờ đã trở thành một thành phố du lịch nổi tiếng của cả nước.

因为有下龙湾，从前小小的、灰尘弥漫的下龙镇现在已经变成了全国著名的旅游城市。

3. 情态状语及 một cách 的用法。

(1) 情态状语是用来修饰动词的，表示动作的情态，情态状语通常用形容词来表示。如：

-Anh đi *nhanh quá*. 你走得太快了。

-Chúng em học tập *rất chăm chỉ*. 我们学习很勤奋。

(2) 情态状语的位置是一个比较复杂的问题。一般来说，单音节词作情态状语放在动词或动补词组后面，双音节词作情态状语通常也放在动词或动补词组后面，但有些词（多为汉语借词）放前放后都可以。如：

-Chị ấy hát *hay lắm*. 她唱得很好。

-Anh ấy đọc bài *nhanh lắm*. 他读课文很快。

-Chúng tôi sống *vui vẻ*. 我们愉快地生活着。

-Chăn đệm, gối màn, quần áo, sách báo đều xếp đặt *ngăn nắp*.

被褥、蚊帐、枕头、衣服、书报都摆放整齐。

-Thầy giáo *tận tâm* dạy dỗ chúng tôi.=Thầy giáo dạy dỗ chúng tôi *rất tận tâm*.

老师尽心教导我们 / 老师教导我们很尽心。

-Chúng tôi *tích cực* lao động.=Chúng tôi lao động *tích cực*. 我们积极劳动。

(3) 当动词的补语是较长的词组时，一般把情态状语直接放在动词后面，而把较长的补语词组放到最后。如：

-Thầy giáo đã phân tích *tỉ mỉ* những vấn đề đó. 老师已经详细分析了那些问题。

-Chúng ta phải học *giỏi* tất cả các môn học. 咱们要学好所有各门功课。

(4) 在动词和情态状语之间还常常可以运用 một cách，用以引出多音节的状语成分，表示"……地"。如果谓语动词带有补语，由 một cách 引出的状语成分一般放在补语之后。如：

-Các cháu bé đang sống *một cách vui vẻ*. 孩子们愉快地生活着。

-Thầy giáo đã trả lời chúng tôi *một cách tỉ mỉ*. 老师已经详细地回答了我们。

+ 如果动词的补语是较长的词组，而且与动词结合得比较松散，由 một cách 引出的状语成分也可以放在补语之前。如：

-Chúng tôi sẽ giải quyết những vấn đề đó *một cách cẩn thận*. =Chúng tôi sẽ giải quyết *một cách cẩn thận* những vấn đề đó.

我们将谨慎地解决那些问题。

4. 越南语中 **nấy, ấy, bấy, đấy** 等表示前后呼应的用法。

表示前后呼应的词组，通常是前面有一个含疑问代词的词，后面再用 nấy, ấy, bấy, đấy 或含有 nấy, ấy, bấy, đấy 的词组之相互呼应，表示连锁关系。此类前后呼应的搭配组合有：

(1) bao nhiêu … bấy nhiêu. 如：

-Ăn được *bao nhiêu* thì nấu *bấy nhiêu*, không nên lãng phí quá.

吃多少就煮多少，不应该太浪费。

-Tiêu thụ càng lớn bao *nhiêu* thì đồ phế thải càng nhiều *bấy nhiêu*.

消费越大，废弃品就越多。

-Quân địch càng dữ *bao nhiêu* thì quân ta càng đánh mạnh *bấy nhiêu*.

敌军有多凶，我军就打多猛。

(2) ai…người ấy (nấy)… 如：

-Tan họp rồi, mỗi người ai về nhà *nấy*.

散会了，大家都各自回家（各回各的家）。

-*Ai* làm, *người ấy* chịu trách nhiệm. 谁做谁负责。

+ai 和 nấy 直接连用成 ai nấy，还可以表示"谁都""人人都"，如：

-*Ai nấy* đều biết. 众所周知。

-*Ai nấy* đều thích. 人人都喜欢。

(3) nào…ấy/đó/đấy… 如：

-*Người nào* muốn thắng thì *người ấy (đó)* phải tìm cách giành được sự ủng hộ của nhiều người. 谁要想获胜，谁就得想办法得到更多的人支持。

-*Cái nào* hỏng thì nhặt *cái ấy/ đấy/ đó ra*. 哪一个坏了就把哪一个捡出来。

(4) đâu…đấy/ đó… 如：

-Em Hồng đi đến *đâu* thì rắc sỏi đánh dấu đến *đấy/ đó*.

小红去到哪里就撒卵石作记号到哪里。

-Ông ta đi đến *đâu* thì học đến *đấy*. 他去到哪里就学到哪里。

(5) 此外还有一些类似的结构，如：Bảo sao nghe vậy 人家说他就听什么，bảo gì nghe nấy 人家说什么他就听什么；bảo gì làm nấy 人家怎么说他就怎么做。

III. Kiến thức mở rộng 扩充知识

1. Cách viết tiền tệ các nước 各国地区钱币的写法：

钱币	缩写	越文全称
人民币	RMB	Nhân dân tệ
越币	VND	đồng Việt Nam
美元	USD	Đô-la Mỹ
欧元	EUR	đồng Eu-rô
日元	JPY	đồng yên nhật
英镑	GBP	Bảng Anh
台币	TWD	đô-la Đài Loan
港币	HKD	đô-la Hồng Kông

2. Tên gọi các ngân hàng của Trung Quốc 中国各银行的名称：

Ngân hàng Nhân dân Trung Quốc 中国人民银行

Ngân hàng Trung Quốc 中国银行

Ngân hàng Công thương Trung Quốc 中国工商银行

Ngân hàng Giao thông Trung Quốc 中国交通银行

Ngân hàng Xây dựng Trung Quốc 中国建设银行

Ngân hàng Nông nghiệp Trung Quốc 中国农业银行

Hợp tác xã Tín dụng Nông thôn Trung Quốc 中国农村信用合作社

Ngân hàng Vịnh Bắc Bộ Trung Quốc 中国北部湾银行

……

3. Tên gọi các ngân hàng của Việt Nam 越南各银行的名称：

Ngân hàng Chính sách Xã hội Việt Nam 越南社会政策银行

Ngân hàng Công thương Việt Nam 越南工商银行

Ngân hàng Đầu tư và Phát triển Việt Nam 越南投资与发展银行

Ngân hàng Nông nghiệp và Phát triển nông thôn Việt Nam 越南农业与农村发展银行

Ngân hàng Phát triển nhà Đồng bằng sông Cửu Long Việt Nam 越南九龙江平原发展银行

Ngân hàng Phát triển Việt Nam 越南发展银行

Ngân hàng Ngoại thương Việt Nam 越南外贸银行

Ngân hàng Châu Á 亚洲银行

Ngân hàng Đông Á 东亚银行

……

4. Từ vựng bổ sung 补充词汇：

lãi suất 利息	tính lãi 计息
lãi suất kỳ hạn 定期利息	lãi suất không kỳ hạn 活期利息
tỷ giá 汇率	ngoại tệ 外币
gửi tiền 存钱、寄钱	rút tiền 取钱
quỹ tiết kiệm 储蓄所	thẻ tín dụng 信用卡
sổ tiết kiệm 存折	thẻ ngân hàng 银行卡
phiếu gửi tiết kiệm 存款单	phiếu thu tiền 收据
biên lai gửi tiền 存款凭证	nợ xấu 坏账
két bạc 保险柜	mật mã 密码
tiền mặt 现金	séc 支票
công trái 公债	nợ riêng cá nhân 私人债务
cổ phiếu 股票	hoa hồng 佣金
tiền chẵn 整钱	tiền lẻ 零钱
tổng ngân hàng 银行总行	chi nhánh (ngân hàng) 分行，支行

IV. Bài tập 练习

1. 请就"银行账户、存取钱、换钱、汇率"等话题进行练习对话。
2. 请根据你所在城市的实际情况完成以下对话，同时进行口头对话练习。

(1) Bạn Việt Nam muốn đổi tiền.

A: Phương ơi, chị muốn đổi một số tiền đô-la Mỹ sang tiền Trung Quốc. Theo em, chị có thể đổi tiền ở đâu?

B: À, đổi tiền à? Theo em, _____

A: Thế à? Thế ngân hàng này ở đâu? Và chị nên đi thế nào?

B: Dạ, _____

_____

A: Thế chị có phải hẹn trước không?

B: Dạ, nếu chị đổi ít thì _____
Nhưng mà nếu chị đổi nhiều thì _____

A: Thế à? Nếu chị đổi 1000 đô thì sao?

第八课　换钱－开账户

B: Dạ, thế chị _____

A: Em đã từng đổi tiền ở ngân hàng này lần nào chưa?

B: _____

A: Dạo này tỷ giá giữa tiền đô và tiền Trung Quốc là bao nhiêu?

B: Dạ, _____

A: Hình như tháng 9 năm nay các em sẽ sang Việt Nam du học. Các em có phải đổi tiền trước mới sang không?

B: Dạ, có ạ. Bọn em _____

vì _____

A: Em có đổi nhiều không?

B: Dạ, không ạ. Em chỉ đổi _____

vì _____

A: Đúng rồi. Em có thể đổi tiền Việt ở _____ hoặc _____

đều tiện lắm.

B: Dạ, vâng ạ.

(2) Bạn Việt Nam muốn mở tài khoản ở ngân hàng.

A: Phương ơi, chị muốn mở tài khoản ở ngân hàng. Theo em, chị nên mở tài khoản ở ngân hàng nào hay hơn?

B: Dạ, theo em, chị _____

A: Thế à? Tại sao?

B: Dạ, vì em thấy _____

_____

_____

A: Hay quá. Nếu chị muốn mua đồ trên mạng thì trả tiền thế nào?

B: Thế chị phải _____

A: Thế à? Thế mở ngân hàng điện tử trực tuyến (Internet banking) có an toàn không?

B: Dạ, em thấy _____

_____

A: Cảm ơn em nhiều nhé.

B: Dạ, không có gì.

3. 请参照语法注释部分翻译以下句子，注意画线部分的越语表达法。

(1) 现在的国际形势越来越复杂化。

_____

(2) 在当今社会，移动互联网发展迅猛，大数据信息瞬息万变！

(3) 刚才他还在这里，怎么现在又不见了？

(4) 她唱越南歌曲唱得很好！

(5) 咱们要积极献血，以便医院里那些急需用血的病患者能够及时输血。

(6) 你别担心，那些孩子正在孤儿院平静、愉快地生活着。

(7) 班主任已经耐心地解答了我们所有的疑问。

(8) 吃多少就盛多少，别贪多，吃不完又浪费了。

(9) 领导怎么说，我们就怎么做！

(10) 他不仅聪明，而且阳光、帅气，人人都喜欢，真是人见人爱、花见花开 (hoa thấy hoa nở, ai thấy cũng yêu) 啊！

(11) 她很喜欢唱京剧，简直是去到哪里就唱到哪里。

(12) 他是一个很没有主见（không có chính kiến）的人，常常是人家说什么他就听什么，人家怎么说他就怎么做。

4. 如果你是百万富翁，你将要做什么呢？请说说你的计划。

BÀI 9 ĐI BỆNH VIỆN KHÁM BỆNH
第九课 去医院看病

I. Hội thoại 会话

Tình huống 1 Xếp hàng lấy số khám bệnh ở bệnh viện
情景 1 在医院排队挂号

A: Chào em. Em bị sao thế? 你好。你哪里不舒服？

B: Hình như em bị sốt. Em thấy chóng mặt và tức ngực.
我好像发烧了。我觉得头晕和胸闷。

A: Em cặp nhiệt độ đã. Em có sổ y bạ chưa? 你先测一下体温。你有病历本了吗？

B: Chưa ạ. 没有。

A: Thế em phải mua một quyển mới, 5 hào. Em ghi rõ vào sổ họ tên, giới tính, tuổi tác, địa chỉ nơi ở và có tiền sử dị ứng với những thuốc gì.
那你要买本新的，五毛钱。你填上姓名、性别、年龄、住址，并写上是否有药物过敏。

B: Vâng ạ. Xong rồi. 好的。填好了。

A: Ừ, nhiệt độ của em là ba tám độ năm. Sốt nhẹ thôi. Bây giờ em đến cửa sổ bên kia để xếp hàng lấy số khám bệnh nội khoa nhé.
哦，你的体温是38.5度，低烧。现在你到那边那个窗口排队挂号看内科。

B: Vâng, cảm ơn chị ạ. 好的，谢谢你。

......

B: Em chào chị ạ. Làm phiền chị cho em một số khám bệnh nội khoa nhé?
你好。麻烦给我挂一个内科的号。

C: Em khó chịu chỗ nào đấy? 你哪里不舒服呢？

B: Dạ, em thấy tức ngực vác ho nặng ạ, còn hơi chóng mặt nữa.
哦，我觉得胸闷并严重咳嗽，还有点头晕呢。

C: Em muốn khám bác sĩ chủ nhiệm hay bác sĩ phó chủ nhiệm?
你要看主任医师还是副主任医师？

B: Dạ, em muốn khám bác sĩ chủ nhiệm ạ. 嗯，我想挂主任医师的号。

C: Ồ, số khám bác sĩ chủ nhiệm đã có rất nhiều người đang chờ rồi, chắc em phải chờ đến chiều nay mới đến lượt em khám nhé. Nếu em khám bác sĩ phó chủ nhiệm thì không phải chờ lâu lắm.

哦，主任医师的号已经有很多人在等了，大概你要等到今天下午才轮到你看。如果你挂副主任医师号的话就不需要等太久。

B: Thế à? Thế em khám bác sĩ phó chủ nhiệm là được rồi.

这样啊，那我挂副主任医师号就行了。

C: Ok, đây là số khám của em, phòng khám số 3 nhé. Em có thể ngồi ở bên đó và chờ gọi số nhé. 好的，这是你的号，3号诊室。你可以坐在那边等待叫号。

B: Vâng ạ, cảm ơn chị ạ. 好的，谢谢！

Tình huống 2 Khám bệnh ở phòng khám
情景2 在诊室看病

A: Chào bác sĩ. 医生好。

B: Chào cháu. Cháu thấy khó chịu ở chỗ nào? 你好。你哪里不舒服呢？

A: Dạ, cháu thấy chóng mặt và tức ngực. 我觉得头晕和胸闷。

B: Cháu cặp nhiệt độ chưa? 你测过体温了吗？

A: Cặp rồi ạ, ba tám độ năm. 测过了，38.5度。

B: Cháu có ho không? 你咳嗽吗？

A: Dạ, ban ngày thỉnh thoảng cháu lại ho, nhưng ho nhẹ thôi. Nhưng ban đêm thì ho nặng hơn, có khi còn ho ra đờm nữa.

白天偶尔也咳，但咳嗽比较轻。但晚上就咳得严重一些，有时候还咳出一些浓痰呢。

A: Đờm màu vàng hay là đờm màu trắng. 是黄痰还白痰？

B: Dạ, đờm màu vàng nhiều hơn. 哦，黄痰多一些。

B: Cháu thấy khó chịu từ lúc nào? 你什么时候开始觉得不舒服的？

A: Mấy hôm trước cháu chơi cầu lông, toát mồ hôi nhiều quá nên cháu thổi quạt thật to, sau đó lại tắm nước lã. Sáng hôm sau thì cháu thấy bị cảm. Cháu cũng đến hiệu thuốc mua thuốc cảm uống hai ngày rồi, cũng thấy đỡ hơn nhiều rồi. Ai ngờ sáng nay lại thấy khó chịu, và lại còn nặng hơn nữa.

前几天我打羽毛球，出了很多汗所以我就猛吹风扇，然后又洗冷水澡。第二天早上我就觉得感冒了。我也到药店买感冒药吃两天了，也觉得好很多了。谁知道今天早上又觉得难受了，而且更加严重了。

B: Rồi. Bây giờ cháu xuống tầng 1 thử máu, sau đó đến phòng chiếu chụp chụp phổi nhé.

第九课　去医院看病

嗯。现在你下一楼验血,然后到透视室照一下肺部。

A: Nghiêm trọng thế cơ à bác sĩ?　有这么严重吗?医生。

B: Ồ, không. Tôi chỉ muốn xem phổi cháu bị lây nhiễm gì hay không thôi.
哦,也不是。我只是想知道你的肺部有没有感染。

A: Vâng…Thưa bác sĩ, xong rồi ạ.　哦……医生,好了。

B: Cho tôi xem nào. Ừ, phổi cháu quả nhiên là bị lây nhiễm rồi đấy. Này, cháu xem này, đây, đây… thấy chưa?
让我看看。嗯,你的肺部果真有感染了呢。瞧,你看看,这里,这里……见没有?

A: Vâng, cháu thấy rồi.　哦,见了。

B: Đó là viêm phổi rồi, nhưng bây giờ nhẹ thôi, không sao.
这是肺炎,不过现在还是轻度,不要紧的。

A: Nhưng cháu làm sao bị viêm phổi được nhỉ? Bình thường cháu khỏe lắm, ít khi bị cảm hoặc bị đau bụng gì đó.
但是我怎么会感染肺炎呢?平时我很健壮的,很少有感冒或闹肚子什么的。

B: Chắc là lần trước cháu bị cảm chữa chưa khỏi hẳn, vi khuẩn chưa tiêu diệt hết sạch, cho nên bây giờ truyền nhiễm đến phổi rồi.
大概是上次你感冒治得还不彻底,病菌还没有清除干净,所以现在感染到肺了。

A: Thế có khó chữa không ạ?　那难治吗?

B: Cũng không khó lắm đâu. Nhưng phải uống thuốc và truyền dịch ít nhất một tuần. Đây là đơn thuốc. Bây giờ cháu đến quầy thu ngân trả tiền, sau đó đến phòng thuốc lấy thuốc, rồi mang thuốc đến đây để tôi hướng dẫn cháu cách uống.
也不太难治的,但至少要吃药和打吊针一个星期。这是药单,现在你到收银台交钱,然后到药房取药,再拿药来这里,我告诉你吃药的方法。

A: Vâng ạ...Thưa bác sĩ, cháu lấy được thuốc rồi ạ.　好的……医生,我取好药了。

B: Ừ, những thuốc này mỗi ngày uống ba lần trước bữa cơm. Thuốc màu vàng này mỗi lần hai viên, còn thuốc màu trắng mỗi lần một viên, nhớ chưa nào?
嗯,这些药每天三顿饭前吃。这种黄色的每次两片,而这种白色的每次一片,记住了没有?

A: Vâng ạ, cháu nhớ rồi ạ.　嗯,我记住了。

B: Còn thuốc nước này mỗi ngày đến đây truyền dịch một lọ. Lần này phải chữa cho triệt để, không được cẩu thả, đừng có như lần trước chữa không triệt để lại bị quật lại đấy.
这药水你每天来这里打一瓶吊针。这次可要彻底治疗,不能马虎了,不要再像上次一样治疗不彻底又复发。

A: Dạ, vâng ạ, nhưng trong thời gian chữa bệnh, cháu phải kiêng ăn gì không ạ?
好的，在治疗期间需要忌口吗？

B: Có chứ. Cháu không được ăn món chua, cay, không ăn món nhiều dầu, ví dụ món rán và nướng, không được uống bia và hút thuốc. Được rồi, bây giờ cháu đến phòng truyền dịch để truyền dịch luôn đi.
要啊。你不能吃酸的、辣的，不能吃太油腻的如：煎的、炸的，不能喝酒和抽烟。好了，现在你马上到输液室去输液吧。

A: Vâng ạ, cháu biết rồi ạ. Cảm ơn bác sĩ. 好的，我知道了。谢谢医生。

B: Ừ, được rồi. 嗯，好的。

TỪ MỚI 生词

1	khám bệnh 看病	19	đến lượt 轮到
2	sốt 发烧	20	phòng khám 诊室
3	chóng mặt 头晕	21	đờm 浓痰
4	tức ngực 胸闷	22	màu vàng 黄色
5	cặp 夹	23	màu trắng 白色
6	cặp nhiệt độ 温度计；测体温	24	toát mồ hôi 出汗
7	y bạ 病历本	25	ngồi quạt 吹风扇
8	sổ khám bệnh 病历本	26	hiệu thuốc 药店，药房
9	họ tên 姓名	27	thuốc cảm 感冒药
10	giới tính 性别	28	đỡ 减轻、好转
11	tuổi tác 年龄	29	ngờ 料想
12	địa chỉ nơi ở 住址，家庭住址	30	thử máu 验血
13	tiền sử 前史	31	phòng chiếu chụp 透视室
14	dị ứng 过敏	32	nghiêm trọng 严重
15	cửa sổ 窗口	33	lây nhiễm 传染，感染
16	khó chịu 难受，不舒服	34	quả nhiên 果然
17	ho 咳嗽	35	viêm phổi 肺炎
18	phó chủ nhiệm 副主任	36	đau bụng 肚子痛

37	khỏi 痊愈	46	cách 方法
38	vi khuẩn 细菌	47	viên 片（量词）
39	tiêu diệt 消灭	48	nhớ 记得，记住
40	truyền nhiễm 传染	49	lo 担心，担忧
41	uống thuốc 吃药	50	triệt để 彻底
42	truyền dịch 吊针	51	cẩu thả 马虎
43	đơn thuốc 药方，药单	52	quật lại 复发
44	quầy thu ngân 收银台	53	kiêng 忌口，忌讳
45	lấy thuốc 取药	54	hút thuốc 吸烟

II. Ghi chú ngữ pháp 语法注释

1. bị, được 的多种用法。

(1) bị 是"被、遭受"的意思，表示主语是动作的受事者，或者表示谓语所表示的行为对主语来说是不如意的，如：

-Anh Hoa *bị* cô giáo phê bình. 阿华被老师批评了。

-Trong lịch sử lâu dài, nhân dân lao động ở nước ta từng *bị* bóc lột và áp bức tàn khốc. 在漫长的历史上，我国的劳动人民曾被残酷地剥削和压迫。

-Anh Quang *bị cảm* (*bị ốm, bị đau dạ dày, bị đau bụng, bị viêm phổi, bị nhức đầu, bị ho...*) 阿光感冒了（生病、胃痛、肚子痛、得了肺炎、头疼、咳嗽……）

(2) 相反，如果谓语所表示的行为对主语来说是如意的，则用受动动词 được，表示"得到、得以"。如：

-Em Hoa lại *được* cô giáo khen. 小华又得到老师表扬了。

-Anh đã *được* gặp thầy giáo chưa? 你见到老师了没有？

(3) được 还可以作辅助动词放在谓语动词后，表示主语有或者没有能力做某事，如：

-Tôi bị đau chân, không đứng lên *được*. 我脚痛，站不起来。

-Mấy hôm nay chị bị cảm, có hát *được* nữa không? 这几天你感冒了，还能唱歌吗？

+ 如果谓语动词带有补语，则辅助动词 được 放在补语之前或之后都可以，如：

-Tôi trả lời *được* câu hỏi của thầy giáo. = Tôi trả lời câu hỏi của thầy giáo *được*.

我能够回答老师的问题。

+ 在这类句子中，还常常可以在谓语动词前使用 có thể，因为 có thể 也有"可以、能够"的意思，如：

-Tôi làm *được* việc ấy.= Tôi có thể làm *được* việc ấy. = Tôi có thể làm việc ấy *được*.

我可以做那件事。

+ 如果 *được* 放在谓语动词的前面，则表示因客观原因"得"或者"不得"做某事，而并非有没有能力做某事了。如：

-Dưới sự hỗ trợ của hàng xóm, nó lại *được* đi học rồi.

在邻居乡亲们的资助下，他又能够去上学了。

-Con không *được* ăn mấy cái bánh này nhé, để lại cho mẹ ăn, mẹ bị ốm rồi mà.

你不能吃这几块糕点哦，留给妈妈吃，妈妈生病了嘛。

(4) 此外，*được* 作辅助动词放在谓语动词后，还可以表示行为的结果，如：

-Tôi đã nhận *được* thư của anh rồi. 我已经收到你的信了。

-Chúng tôi đã học *được* hai nghìn từ mới. 我们已经学到了两千个生词。

-Hôm qua tôi nhặt *được* một cái đồng hồ ở trên sân bóng.

昨天我在球场上拾到了一块手表。

+ 表示行为的结果时，*được* 只能放在谓语动词后面，而不能放在补语后，谓语动词前也不能使用 có thể，如：

只能说：Tôi đã nhận *được* thư anh.

不能说：Tôi đã nhận thư anh được.

也不能说：Tôi có thể đã nhận được thư anh.

2. với 的用法。

(1) với 作关联词与名词、代词结合，组成关联词结构，通常放在动词之后，可以表示多种意思：

+ 表示行动所面向的对象，常可译为"向""对"，如：

-Cô giáo bảo *với* cậu thế à? 老师是这样对你说的吗？

-Chúng ta không nên kiêu ngạo *với* những thành tích đã đạt được.

咱们不应该对已取得的成绩而骄傲自满。

+ 引出共同行动的对象，常可译为"跟""对"，如：

-Tuần sau tớ sẽ đi du lịch *với* bố mẹ tớ. 下周我将跟我的父母去旅游。

-Thầy trò chúng tôi nói chuyện *với* nhau một cách thân mật.

我们师生亲密地交谈着。

+ 表示活动的条件、方式或态度，如：

-Anh ấy làm việc *với* tinh thần quên mình. 他以忘我的精神工作。

-Chúng ta đã bắt đầu làm cách mạng *với* hai bàn tay trắng.

我们已经开始白手起家干革命了。

+ 有时为了突出条件或态度，关联词结构也常放在句首，如：

第九课　去医院看病

-*Với* sự giúp đỡ nhiệt tình của các bạn, chúng tôi nhất định có thể hoàn thành nhiệm vụ kịp thời được. 在你们的热情帮助下，我们一定可以按时完成任务。

-*Với* tốc độ tiêu pha của anh, mấy triệu tiền bạc chẳng bao lâu sẽ bị anh tiêu hết sạch. 以你这样的消费速度，几百万越盾过不了多久就会被你花完的。

(2) với 也可以作连词把两个事物连接起来，相当于"和"，如：

-Hai anh em cứ như là hình *với* bóng, không bao giờ xa rời nhau.

兄弟俩形影不离（就像形和影一样从不分离）。

-Quân với dân như cá *với* nước, không thể tách ra được.

军与民就像鱼和水一样，无法分开。

(3) với 也可以作语气词，一般放在陈述句后，表示恳求的语气，如：

-Cứu tôi *với*! 救救我吧！

-Cô cho chúng em đi *với*! 老师让我们一起去吧。

-Anh cho em cùng đi bộ đội *với*! 你让我跟你一起去参军吧。

3. thuốc 的多种意思。

(1) thuốc 有"烟、烟草"的意思，如：hút thuốc 吸烟，hút thuốc lào 抽水烟，một tút thuốc lá 一条烟。

(2) thuốc 还可以指"药"的意思，如：thuốc Bắc 中药，thuốc Tây 西药，uống thuốc 吃药，thuốc viên 药片，thuốc nước 药水，thuốc bột 药粉，thuốc độc 毒药，thầy thuốc 医生、郎中，hiệu thuốc 药店。

(3) thuốc 有时还可以指膏状物，如 Thuốc đánh răng 牙膏，thuốc nhuộm tóc 染发膏、染发剂。

4. chính 的多种意思。

(1) chính 可以放在名词后面作定语，表示"主要的"，如：

- Nhiệm vụ *chính* của chúng ta là học tập。我们的主要任务是学习。

-Nông sản *chính* ở đây có: gạo, ngô, khoai lang, khoai sắn, khoai sọ…

这里的主要农产品有：大米、玉米、红薯、木薯、芋头等。

(2) chính 还可以作副词，表示"正是、就是"的意思，如：

-Người dẫn đầu nhóm nghiên cứu *chính* là tôi. 研究组的带头人正是我。

-*Chính* anh ấy đã làm việc đó. 正是他做了那件事。

III. Kiến thức mở rộng 扩充知识

1. Tên bệnh viện 医院名称：

    Bệnh viện tổng hợp, bệnh viện đa khoa 综合医院

    Bệnh viện tâm thần 精神病院

    Viện bảo vệ sức khỏe phụ nữ (trạm bảo vệ bà mẹ) 妇女保健院

    Bệnh viện khoa ngoại chỉnh hình 整形外科医院

    Trạm cấp cứu 急救站

    Trạm y tế 医疗站

    Bệnh viện đông y 中医院

    Bệnh viện tây y 西医院

    viện điều dưỡng 疗养院

2. Địa chỉ của một số bệnh viện Việt Nam 越南一些医院的地址：

    Bệnh viện Y học cổ truyền TW – 29 Nguyễn Bỉnh Khiêm, Hà Nội

    Bệnh viện Việt-Đức – 40 phố Tràng Thi, Hà Nội, Việt Nam

    Bệnh viện Bạch Mai – 78 Đường Giải Phóng, Phương mai, Đống Đa, Hà Nội

    Bệnh viện Mắt TW – 85 phố Bà Triệu, Hà Nội

    Bệnh viện Đa khoa XanhPôn – 12 Chu Văn An, Hà Nội

    Bệnh viện Da liễu HN – 79 Nguyễn Khuyến, Hà Nội

    Bệnh viện U bướu HN – 1 Nhà Chung

    Bệnh viện Châm cứu TW – 49 Thái Thịnh

    Bệnh viện Phụ sản HN – 43 Tràng Thi

    …

    Bệnh viện Đại học Y Dược TP. HCM, có nhiều cơ sở:

    Cơ sở 1A: 215 Hồng Bàng, Q.5, TP. HCM

    Cơ sở 1B: 213 Hồng Bàng, Q.5, TP. HCM

    Cơ sở 2A: 201 Nguyễn Chí Thanh, Q.5, TP. HCM

    Cơ sở 2B: 191 Nguyễn Thị Minh Khai, Q.1, TP. HCM

    Bệnh viện Đa khoa Sài Gòn – 125 Lê Lợi, P.BT, Q.1, TP. HCM

    Bệnh viện Thống Nhất – 1 Lý Thường Kiệt, P.7, Q.TB, TP. HCM

    Bệnh viện Trung Ương – 266 Lý Thương Kiệt, P.14, Q.10, TP. HCM

    …

3. Từ ngữ bổ sung 词汇:

Nhân viên y tế 医务人员:

bác sĩ 医生

bác sĩ khoa nội 内科医生   bác sĩ khoa ngoại 外科医生

bác sĩ điều trị chính 主治医生   bác sĩ thực tập 实习医生

chuyên gia về tim mạch 心血管专家   chuyên gia bệnh tâm thần 精神病专家

y tá 护士   y tá trưởng 护士长

y tá hộ sinh 助产护士   y tá thực tập 实习护士

bác sĩ xét nghiệm 化验师   bác sĩ gây mê 麻醉师

dược sĩ 药剂师   bác sĩ dinh dưỡng 营养师

Các khoa trong bệnh viện 医院里的各科:

khoa nội 内科   khoa ngoại 外科

khoa sản 妇产科   khoa nhi 儿科

khoa da liễu 皮肤科   khoa mắt 眼科

khoa tai mũi họng 耳鼻喉科   khoa răng hàm mặt 口腔科

khoa thần kinh 神经科   khoa tiết niệu 泌尿科

khoa ngoại chỉnh hình 矫形外科   khoa xương 骨科

khoa tim 心脏外科   khoa não 脑外科

khoa châm cứu 针灸科   khoa xoa bóp 推拿科

khoa xét nghiệm 化验科   khoa phóng xạ 放射科

khoa u bướu 肿瘤科

Một số bệnh chứng thường gặp 一些常见病症:

sốt nhẹ 低烧   sốt cao 高烧

đau đầu 头痛   đau răng 牙痛

đau dạ dày 胃痛   đau khớp 关节痛

đau lưng 腰痛   tức ngực, đau ngực 胸闷, 胸痛

đau bụng 肚子痛   đau bụng cấp tính 急性腹痛

toàn thân đau nhức 全身酸痛	rã rời, uể oải 没精神
mất ngủ 失眠	hồi hộp 心悸
thở gấp 气短，气促	ngất 昏迷
ngất xỉu 惊厥	hôn mê 昏厥
chuột rút 抽筋	sốc 休克
biếng ăn 厌食	buồn nôn 恶心
chướng bụng 腹胀	ăn không tiêu (tiêu hóa kém) 消化不良
tiêu chảy 腹泻	táo bón mãn tính 慢性便秘
đầu váng mắt hoa 头昏眼花	ù tai 耳鸣
điếc tai 耳聋	bị câm 哑巴
ho khan 干咳	nôn khan 干呕
chảy nước mũi 流鼻涕	chảy nước mắt 流眼泪
chảy máu 流血	trung tiện, đánh rắm 放屁
mạch nhanh 脉搏快	mạch yếu 脉搏弱
huyết áp cao 血压高	huyết áp thấp 血压低
nôn ra máu 呕血	vết thương chảy mủ 伤口流脓
ngứa khắp người 全身发痒	nổi ban đỏ 出疹子
thủy sũng 水肿	phù sũng 浮肿
tê dại 麻木	tuyến hạch sưng to 淋巴结肿大
ảo thị 幻视	ảo thính 幻听
ảo giác 幻觉	

Một số bệnh tật thường gặp 一些常见疾病

Bệnh mãn tính 慢性病	bệnh cấp tính 急性病
bệnh truyền nhiễm 传染病	bệnh nghề nghiệp 职业病
bệnh tâm thần 精神病	bệnh nội nhiễm 并发症
di chứng 后遗症	bệnh tái phát 复发性疾病
bệnh bẩm sinh 先天病	bệnh lây lan 流行病

bệnh ngoài da 皮肤病	bệnh phụ nữ 妇科病
bệnh tim 心脏病	bệnh tim bẩm sinh 先天性心脏病
bệnh tiểu đường 糖尿病	bệnh vành tim, bệnh động mạch vành 冠心病
đau dạ dày 胃病	bệnh gan 肝病
bệnh thận 肾病	bệnh phổi 肺病
cảm cúm 流行性感冒	bệnh sốt rét 疟疾
bệnh kiết lị 痢疾	bệnh thương hàn 伤寒病
bệnh sởi 麻疹	viêm não B 乙型脑炎
viêm gan A 甲型肝炎	viêm gan B 乙型肝炎
viêm mũi 鼻炎	viêm khí quản 气管炎
viêm phế quản 支气管炎	viêm phổi 肺炎
viêm dạ dày 胃炎	viêm thực quản, viêm đường tiêu hóa trên 食道炎
viêm dạ dày và ruột 胃肠炎	
viêm ruột kết 结肠炎	viêm loét dạ dày 胃溃疡
viêm khớp 关节炎	viêm ruột thừa 阑尾炎
viêm đường tiết niệu 尿道炎	viêm thấp khớp 风湿性关节炎
viêm màng não 脑膜炎	viêm bàng quang 膀胱炎
viêm khoang miệng 口腔炎	viêm họng 咽喉炎
sỏi mật 胆囊结石	viêm lợi 牙周炎
sỏi thận 肾结石	sỏi gan 肝结石
ung thư 癌症	sỏi bàng quang 膀胱结石
ung thư gan 肝癌	ung thư phổi 肺癌
ung thư vú 乳腺癌	ung thư dạ dày 胃癌
ung thư cơ 肉瘤	ung thư tử cung 子宫癌
u lành 良性肿瘤	u não 脑瘤
ung thư máu 白血病	u ác 恶性肿瘤
trúng gió, phải gió 中风	thiếu máu 贫血

say nắng 中暑	cháy nắng 晒伤
bệnh dại 狂犬病	say xe 晕车
bệnh ký sinh trùng 寄生虫病	bệnh dịch tả 霍乱
bệnh AIDS 艾滋病	bệnh giun móc 钩虫病
bệnh lậu 淋病	bệnh sinh dục 性病
bệnh trĩ 痔疮	bệnh gù 佝偻病
cận thị 近视	bệnh mẩn ngứa 湿疹
mù màu 色盲	viễn thị 远视
mắt loạn thị 散光	quáng gà 夜盲
bệnh đau mắt hột 沙眼	bệnh tăng nhãn áp 青光眼
sứt môi 唇裂（兔唇）	bệnh tục thủy tinh thể 白内障
chảy máu chân răng 牙龈出血	sâu răng 蛀牙
lở loét miệng 口腔溃疡	

IV. Bài tập 练习

1. 请就"医疗、看病、体检"等主题进行对话练习，要求熟练掌握越南一些医院的名称及一些常见病症的说法。

2. 请根据你所在城市的实际情况完成以下对话，同时进行口头对话练习。

   Bạn Việt Nam bị ốm rồi.

   A: Phương ơi, chị lại bị đau bụng rồi. Bây giờ làm thế nào đây?

   B: À, đau bụng à? Có đau lắm không? Nếu đau nhẹ thôi thì đi _____
   Nhưng mà nếu đau nặng quá thì phải _____

   A: Đau nặng lắm đấy. Chị sợ là bị viêm ruột thừa, chị hầu như không đứng dậy được. Ôi, đau quá, đau quá.

   B: Vậy thì _____
   _____

   A: Ừ, em gọi đi. Cũng gọi cho chủ nhiệm lớp chị nhé.

   B: OK...Gọi xong rồi. Chúng ta phải chờ một lúc nhé.

   A: Ừ, không sao. À, đúng rồi. Gọi xe cấp cứu có phải mất tiền không?

   B: Hình như _____

   A: Thế chúng ta đi bệnh viện nào?

第九课 去医院看病

B: Dạ, theo em tốt nhất là đi _____
vì _____

A: Bình thường các em đi bệnh viện có phải mang chứng minh thư không?

B: _____

A: Thế chị không có chứng minh thư thì sao?

B: Dạ, _____

Đúng rồi, chị đã mua bảo hiểm gì chưa? Nếu có, thì chúng ta cũng mang những giấy tờ tương quan đi.

A: Ừ, đều ở trong túi đây rồi. Chị sợ phải nằm bệnh viện. Nếu phải nằm bệnh viện thì chị phải mang những đồ gì nhỉ?

B: Dạ, thường xuyên phải mang _____
_____

Em dọn đồ cho chị nhé.

A: OK. À, đúng rồi, nằm bệnh viện chắc phải đóng nhiều tiền đặt cọc, nhưng mà chị không có nhiều tiền ở trong ví thì sao?

B: Dạ, _____

Về điều này chị đừng lo, có em và chủ nhiệm lớp mà. À, xe đến rồi, chúng ta lên xe nhé.

A: OK.

3. 请参照语法注释部分翻译以下句子，同时在括号内说明画线的词属于哪一种用法。

(1) Một chai bia có đáng gì đâu? Tôi có thể uống một mạch hết nó <u>được</u>. (   )
_____

(2) Trường chúng tôi có quy định: những học sinh đi dép lê không <u>được</u> vào lớp học.
(   )
_____

(3) Tôi đã nhận <u>được</u> hồ sơ xin việc của anh, xin anh nhẫn nại chờ đợi thông báo.
(   )
_____

(4) Tôi đã nhận <u>được</u> email báo giá của anh, nhưng mấy hôm nay lãnh đạo của chúng tôi đi công tác xa rồi, nên chưa trả lời chính thức anh được. (   )
_____

(5) Chúng nó đã <u>bị</u> thất bại nặng nề. (   )
_____

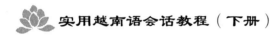

(6) Hôm qua chúng tôi <u>được</u> xem phim "Người mẹ". (   )
_____

(7) Hình như anh ta rất đắc chí <u>với</u> tác phẩm mới của mình. (   )
_____

(8) <u>Với</u> tinh thần học tập quên mình như thế này, chắc chắn nó sẽ tiến bộ rất nhanh.
(   )
_____

(9) Bố cho con tham gia hoạt động hè thanh niên lần này <u>với</u>. Con xin bố, con xin.
(   )
_____

(10) <u>Chính</u> tôi đã làm việc này, giờ thì anh muốn làm gì tôi đây? (   )
_____

(11) Nhiệm vụ <u>chính</u> của học sinh năm thứ tư là viết luận văn và thực tập. (   )
_____

BÀI 10 ĐẶT VÉ MÁY BAY
第十课 订机票

I. Hội thoại 会话

Tình huống 1 Hẹn nhau đi du lịch
情景 1 相约去旅游

A: Thùy Dung ơi, tuần sau chúng mình bắt đầu được nghỉ hè rồi. Cậu định đi đâu chơi không? 垂蓉，下周咱们就放暑假了。你打算去哪里玩吗？

B: Tớ định vào thành phố Hồ Chí Minh. Sau đó đi Đà Lạt và xuống bãi biển Vũng Tàu. 我打算去胡志明市玩。然后去大叻和头顿海滩。

A: Cậu định vào thành phố Hồ Chí Minh bằng phương tiện gì? 你打算乘什么交通工具去胡志明市呢？

B: Có lẽ tớ đi bằng ô-tô. 大概我会坐汽车去。

A: Sao cậu không đi bằng máy bay hoặc tàu hỏa? Đi bằng ô-tô vừa chật vừa oi bức, sao mà chịu được? 为什么你不坐火车或飞机去？坐汽车去又窄又闷热，怎么受得了？

B: Tớ không có đủ tiền đi máy bay. Còn tàu hỏa thì tớ rất sợ. Vì tàu chậm quá, cách đây mấy năm, tớ đi tàu mất 42 tiếng đồng hồ, quá mệt. 我没有足够的钱坐飞机去，而火车我又很怕。因为火车太慢了，几年前我坐火车去花了42个小时，太累了！

A: Ồ, bây giờ tàu hỏa tăng tốc rồi, từ Hà Nội vào thành phố Hồ Chí Minh chỉ mất 32 tiếng thôi. Bố tớ vừa mới từ thành phố Hồ Chí Minh về Hà Nội bằng tàu hỏa đấy. Theo tớ, cậu nên đi bằng tàu hỏa. 哦，现在火车提速了，从河内到胡志明市只需要花32个小时。我爸爸刚从胡志明市乘火车回来呢。依我看，你应该坐火车去。

B: Ừ, để tớ xem lại đã. Còn cậu, tuần sau cậu định đi đâu? 让我再考虑考虑。你呢，下周你去哪里？

A: Tuần sau tớ có việc phải ở nhà. Nhưng 2 tuần nữa tớ sẽ đi Huế. Tớ rất thích Huế. Cậu đi Huế lần nào chưa?

下周我还有事得在家。但两周后我就去顺化。我很喜欢顺化。你去过顺化吗？

B: Chưa. Nghe nói Huế đẹp lắm phải không? 没有，顺化很美对吗？

A: Ừ, tuyệt vời! Cậu có thể đi thuyền dọc sông Hương và nghe hò Huế. Thú vị lắm.
嗯，美极了！你可以乘船沿着香江，边走边听顺化民歌，很有趣的。

B: Thế à? Thế lần này tớ cũng đi mà xem. Hay là chúng ta gặp nhau ở Huế nhé?
是吗？那这次我也去看看。要不咱们在顺化见？

A: Ừ nhỉ. Hai đứa chúng ta cùng đi chơi thì sẽ vui hơn. Chúng ta liên lạc sau nhé.
嗯，对呀！咱们两个一起玩好玩些。咱们到时候联系。

B: Ừ, hẹn gặp nhau tại Huế. 好的，咱们在顺化见。

Tình huống 2　Đặt vé máy bay
情景2　订机票

A: A-lô, Trung tâm Vé máy bay Cát Tường Hà Nội đây, ông cần gì ạ?
喂，这里是河内吉祥票务中心。请问您需要什么？

B: Ngày mai tôi muốn đi máy bay đến thành phố Hồ Chí Minh để khảo sát thị trường. Còn vé không cô? 我想明天乘飞机去胡志明市考察市场，还有票吗？

A: Vẫn còn ạ. Ông muốn đi chuyến mấy giờ ạ? 还有。您想乘几点钟的航班呢？

B: Tôi muốn đi vào khoảng 2 giờ chiều, giá bao nhiêu?
我想乘明天下午2点的，票价多少呢？

A: À, chúng tôi không có chuyến 2 giờ, chỉ có chuyến 1 giờ rưỡi, chuyến 3 giờ và chuyến 4 giờ rưỡi thôi ạ.
哦，我们没有2点的，只有1点半、3点和4点半的航班。

B: Thế tôi đi chuyến 3 giờ vậy. 那我就乘3点那一趟的航班吧。

A: Chúng tôi có vé của ba hãng hàng không là Vietnam Airlines, Vietjet Airlines và Jetstar Pacific Airlines. Vé của Vietnam Airlines thì có thể đổi vé hoặc trả lại vé, còn có xe đưa đến sân bay Nội Bài, nhưng hơi đắt một chút, giá vé hai triệu mốt. Còn vé của Vietjet Airlines và Jetstar Pacific Airlines thì rẻ hơn nhiều, giá vé là triệu rưỡi và triệu sáu, nhưng không thể đổi vé hoặc trả lại vé nhé.
我们有越南航空、越捷航空和捷星航空三家公司的票。越南航空公司的票可以换票或退票，还有车送到内排机场，但稍贵一些，票价为两兆一越盾；越捷航空和捷星航空公司的就便宜多了，票价为一兆五和一兆六越盾，但不能换票和退票。

B: Có đưa vé đến tận chỗ ở không? 送票上门吗？

A: Có ạ, cả ba hãng đều có dịch vụ đưa vé đến tận chỗ ở của khách hàng.
送啊，三家航空公司的都可以给顾客送票上门。

B: Thế tôi mua vé của hãng Vietjet Airlines vậy. 那我买越捷航空公司的吧。

A: Vâng. Ông có mua vé khứ hồi không? 好的。您要买往返机票吗?

B: Ồ, không. Vé một chiều thôi. 哦，不。我只要单程的。

A: Vâng ạ. Bây giờ ông báo cho tôi biết họ tên và số hộ chiếu của ông nhé.
好的。现在请您告诉我您的姓名和护照号码。

B: Ok. Tên tôi là Trần Minh. Số hộ chiếu là G233801xx…
好的。我的名字是陈明，护照号码是 G233801xx…

A: À, không. Ông đọc phiên âm tiếng Hán nhé.
哦，不。您要读给我听汉语拼音字母!

B: Ồ, Chenming, C, H, E, N, M, I, N, G. Được chưa nào?
哦，陈明，C, H, E, N, M, I, N, G。可以了吗?

A: Vâng, được rồi ạ. Nhưng tốt nhất lát nữa ông dập máy rồi ông nhắn tin lại cho tôi để đối chiếu tránh khỏi bị nhầm. Số điện thoại của tôi là 098417188.
嗯，可以了。但等会儿挂电话后您最好再给我发个短信，我核对一下以免有误。我的电话号码是 098417188。

B: Ok, được rồi. 好的，可以了。

A: Ông đang ở đâu ạ? 2 tiếng sau chúng tôi có nhân viên đưa vé đến cho ông.
您现在住哪里呢? 两个小时后我们的工作人员会送票上门。

B: Tôi đang ở Khách sạn DAEWOO, phòng 406. 我住大宇宾馆，406 号房。

A: Vâng ạ. 2 tiếng sau thì vé đến. Ông chuẩn bị sẵn tiền nhé, khi nhận được vé thì ông trả tiền luôn. Chào ông nhé.
好的。两小时后票就送到。请您准备好钱款，收到票您再付钱就可以。再见。

A: Ok, cảm ơn cô. Chào cô. 好的，谢谢你。再见。

TỪ MỚI 生词

1	bằng 通过，凭借	8	hàng không 航空
2	oi bức 闷热	9	đổi vé 换票
3	hò Huế 顺化民歌	10	trả lại vé 退票
4	đặt vé 订票	11	chỗ ở 住处，住所
5	tăng tốc 增速，提速	12	vé khứ hồi 往返票
6	khảo sát 考察	13	vé một chiều 单程票
7	chuyến 班次	14	số hộ chiếu 护照号码

15	phiên âm 拼音	17	nhắn tin 发短信
16	lát nữa 待会儿	18	tránh 躲避，避免

II. Ghi chú ngữ pháp　语法注释

1. 关联词 mà 的多种用法。

　　mà 作关联词用法很多，主要有：

(1) 表示转折关系。由 mà 连接意思相反或相对的词或分句，表示后一部分是对前一部分的修正或补充。如：

　　-Đọc chậm *mà* đúng còn hơn đọc nhanh *mà* sai. 读得慢而对好过读得快却错。

　　-Nếu bạn đến Việt Nam *mà* bạn không đi thăm các chợ thì khó có thể thấy hết sự phong phú của sản vật, mức sống của người dân Việt Nam và phong tục tập quán của dân tộc Việt.

　　如果你到了越南却不去参观各个集市，那你就难以真正了解到越南丰富的物产、越南人民的生活水平和越南民族的风俗习惯。

(2) 表示承接关系。由 mà 连接词、词组或分句，连接的两个部分有承接或递进关系。如：

　　-Không phải tôi, *mà* cũng không phải anh. 不是我，也不是你。

(3) 表示假设关系。mà 通常放在表示假设的分句的主语和谓语之间，并且常常跟 thì 搭配使用。如：

　　-Anh *mà* không đến thì chị ấy không vui. 你要是不来的话她就不高兴了。

　　-Em *mà* muốn đi thì anh sẽ đi với em. 你要是想去我就陪你去。

(4) 表示目的。mà 之后经常是动词或述补词组，整个关联词结构只能放在谓语动词后面，而且常用于祈使句中。如：

　　-Đi tìm việc *mà* làm đi, suốt ngày ngồi ỳ ở nhà làm gì?

　　去找工作做啊，整天呆坐在家干嘛？

　　-Ngày mai ta dậy sớm *mà* xem mặt trời mọc nhé. 明天咱们早点起来看日出啊。

　　-Thế lần này cậu cũng đi *mà* xem đi. 那这次你也去看看吧。

(5) mà 还可以引出主谓词组作定语，修饰中心词，如：

　　-Tôi rất thích cái váy *mà* mẹ tôi mua cho tôi. 我很喜欢我妈妈给我买的那条裙子。

　　-Bây giờ mời các ông nêu ra những yêu cầu và điều kiện cơ bản *mà* các ông có thể chấp nhận được. 现在请你们提出你们能够接受的最基本的要求和条件。

(6) 放在 làm gì 之后组成 làm gì mà 的词组，表示惊讶，也表示有点不满意，相当于汉语的"怎么那么……"，如：

　　-Cậu làm gì *mà* lâu thế nhỉ? 你怎么这么久／你干嘛那么久呢？

-Tàu này làm gì *mà* chậm như rùa thế! 这火车怎么慢得像乌龟一样!

+ 此外，mà 还可以作语气词，相当于汉语的"嘛"，请参考本册第四课语法。

2. trở nên, trở thành, hóa ra 的区别用法。

(1) trở nên 是指性质、状态上的改变，"变得越来越……"，如：

-Anh ấy ngày càng *trở nên* kiêu ngạo. 他变得越来越骄傲了。

-Ngày nay, việc đi lại bằng máy bay đã *trở nên* phổ biến ở khắp nơi trên thế giới.
今天，在世界各地，乘飞机往来已经变得非常普遍了。

(2) trở thành 是指完全改变成为另一种物体，如：

-Ông ta đã *trở thành* một nhân vật lớn trong thành phố này.
他已经成为这个城市的一个著名人物。

-Đời sống sinh viên đã *trở thành* một ký ức tốt đẹp trong chúng tôi.
大学生活已经成为我们的一个美好的记忆。

(3) hóa ra 是指"变成、化成"，如：

-Khi đun nước đến nhiệt độ nhất định thì nước *hóa ra* thành hơi.
当水烧到一定温度时水就会化成蒸汽。

+hóa ra 也有"原来，原来如此"的意思，相当于 té ra，如：

-*Hóa ra* là anh đấy à. Làm em sợ chết khiếp. 原来是你呀! 吓死我了!

-*Hóa ra* / Té ra anh vẫn ở đây! 原来你还在这里!

3. rằng 的用法。

(1) rằng 的作用是连接谓语动词和补语。这里的谓语动词是表示谈论、感想、要求等行为的动词，而补语则是该行为动词所说、所思、所想的内容，在 rằng 的后面语音稍有停顿，类似汉语的"道……"，如：

-Chúng ta phải làm cho học sinh tin *rằng* bất kỳ ai cũng có thể thành công nếu chịu khó học tập. 咱们要让学生相信，只要肯刻苦学习，谁都可以成功。

-Tôi tưởng *rằng* anh không đến nữa. 我以为你不来了呢。

(2) rằng 也可以单独放在一句话或一段话的句首，类似汉语的"话说，……"，如：

-*Rằng*: năm Gia Tĩnh chiều minh, bốn phương phẳng lặng, hai kinh vững vàng…
话说，明朝嘉靖年间，四海升平，两京稳固如磐……

4. đã 的用法。

(1) đã 作副词是"已经"的意思，如：

-Tôi *đã* làm xong bài rồi. 我已经做完作业了。

-Cậu *đã* chuẩn bị xong chưa? Chúng ta bắt đầu nhé?
你已经准备好了没有？咱们开始吧？

(2) đã 也可以作语气词，放在动词词组后或句末，表示要求先做某事。如：

-Khoan *đã*! 且慢！

-Ừ, để tớ xem lại *đã*. 哦，让我先考虑考虑。

-Con ăn cơm *đã* rồi đi đâu sẽ hay. 你先吃饭，要去哪里吃完饭再说。

(3) đã 还常和副词 hãy 搭配使用，使语气更加强烈。如：

-Chị *hãy* cứ nói hết đi *đã*! 你还是先说完吧。

-Chúng ta *hãy* lên lớp *đã*, vấn đề này sẽ thảo luận sau.
咱们先上课吧，这个问题以后再讨论。

III. Kiến thức mở rộng   扩充知识

Từ ngữ bổ sung 补充词汇：

Hàng không 航空：

máy bay 飞机	sân bay 机场
sân bay nội địa 国内机场	sân bay quốc tế 国际机场
đường băng 飞机跑道	vé máy bay 飞机票
vé một chiều 单程票	vé đi một lượt 单程票
vé hai chiều 双程票	Vé khứ hồi 往返票
vé bổ sung 候补票	máy bay trực thăng 直升飞机
khí cầu 飞艇，气球	hãng hàng không 航空公司
cất cánh 起飞	hạ cánh 降落
Thẻ lên máy bay 登机牌	Thẻ(card) gửi hành lý 行李托运单
Sân bay Nội Bài 内排机场	Sân bay Tân Sơn Nhất 新山一机场

Đường thuỷ 水路：

tàu thuyền 轮船	thuyền 舟、船、艇
du thuyền 游艇、游船	khoang thuyền 船舱
khoang hành khách 客舱	khoang hàng hoá 货舱
khoang hầm 底舱	phao cấp cứu 救生圈

Đường sắt, đường bộ 铁路、公路：

tàu hoả / xe lửa 火车	bảng giờ tàu 火车时刻表
ga/ nhà ga 火车站	hành khách 乘客
vé (giường) nằm 卧铺票	vé ngồi 硬座票
giường cứng 硬卧	giường mềm 软卧
sân ga 站台	toa 车厢
vé vào sân ga 站台票	xa trưởng 列车长
công an đường sắt 乘警	soát vé 检票
lối vào ga 进站口	lối ra ga 出站口
xe đạp điện 电动车	xe công nông 拖拉机
xe lu 压道车	xe đẩy / xe lăn 轮椅
lên ga/ ga mạnh lên 加油门	đổi số 换挡
nạp xăng / đổ xăng 加油	nạp điện, sạc pin 充电
phanh lại (xe) 刹车（动）	bộ/ cái phanh 刹车（名）
săm lốp 轮胎	phụ tùng 零件
trạm thu phí 收费站	đường hầm 地下通道
đèn đường 路灯	đèn giao thông 红绿灯，交通灯
đèn đỏ 红灯	vượt đèn đỏ 闯红灯
đèn xanh 绿灯	dải băng ngang đường của người đi bộ 人行横道
đi đường tắt 走小路、抄近道	giờ cao điểm 高峰期
Giá mở cửa 起步价	Đồng hồ cây số 计程表
bến xe 车站	vỉa hè 人行道
bãi đậu xe, gara ôtô 停车场	cây xăng, trạm xăng 加油站
biển tên phố 街道名称牌	biển báo giao thong 路标
biển chỉ đường 指路牌	bằng lái xe / giấy phép lái xe 驾照
bơm hơi 充气	rửa xe 洗车

IV. Bài tập 练习

1. 对话练习：你的家乡远吗？你常常乘什么车回家乡呢？你平时是乘坐什么交通工具出行的？你觉得本市的交通情况如何？

2. 请根据你所在城市的实际情况完成以下对话，同时进行口头对话练习。

   (1) Bạn Việt Nam muốn đi Bắc Kinh du lịch.

   A: Phương ơi, chị muốn đi du lịch Bắc Kinh một chuyến. Theo em, chị nên đi thế nào nhỉ?

   B: À, Bắc Kinh à? Bắc Kinh cách thành phố mình _____
   Theo em, _____

   A: Thế à? Chị hơi sợ đi máy bay. Từ thành phố mình đến Bắc Kinh có tàu hỏa không?

   B: Dạ, _____
   _____

   A: Thế à? Thế đi bằng tàu cao tốc mất bao lâu và mất bao nhiêu tiền?

   B: Dạ, _____
   _____

   A: Nếu đi bằng máy bay thì sao?

   B: Dạ, _____

   A: Ôi, vé máy bay đắt quá nhỉ?

   B: Không sao đâu chị ạ. Từ nay đến nghỉ hè còn hai tháng cơ mà. Nếu chị_____
   _____

   A: Vậy à? Em thường mua vé máy bay bằng cách nào? Để chị cũng học theo.

   B: Dạ, _____
   _____

   A: Thế em trả tiền như thế nào?

   B: Dạ, em _____
   _____

   A: Thế người ta có đưa vé đến tận cửa nhà không?

   B: Dạ, _____
   _____

   A: Thế chị không có chứng minh thư có mua được vé không?

   B: _____
   _____

第十课 订机票

A: Cảm ơn em nhiều nhé.

B: Dạ, không có gì.

(2) Bạn Việt Nam ngày mai sẽ đi Bắc Kinh bằng máy bay.

A: Nguyệt ơi, ngày mai chị sẽ đi máy bay chuyến 14h 40 chiều, thế chị nên mấy giờ xuất phát nhỉ?

B: Dạ, _____

_____

A: Ôi, đúng rồi. Chị có thể đi sân bay bằng cách gì nhỉ?

B: Dạ, _____

_____

_____

A: Theo em, chị nên đi bằng xe gì tiện hơn?

B: Dạ, em thấy _____

vì _____

A: Thế chị nên mấy giờ xuất phát?

B: Vì _____

nên _____

A: Đến sân bay rồi, chị có thể lên máy bay trực tiếp không?

B: Dạ, _____

_____

_____

A: OK, chị biết rồi.

B: À, đúng rồi. Chị _____?

A: Ồ, không sao. Chị có bạn ở Bắc Kinh mà. Chị đến Bắc Kinh rồi bạn chị sẽ dẫn chị đi chơi.

B: _____

A: Hình như tháng bảy ở Bắc Kinh cũng nóng lắm phải không? Vậy chị nên mang những đồ gì cần thiết nhất nhỉ?

B: Dạ _____

_____

A: Ừ, nhỉ. Thế chị hôm nay phải dọn đồ sẵn mới được. Cảm ơn em nhiều nhé.

B: Dạ, không có gì.

3. 请参照 mà 的用法翻译以下句子，同时在括号内说明画线的词属于哪一种用法。

(1) Đến TP. Hạ Long mà không đi tàu thăm biển, có thể coi như là chưa đến Hạ Long.
（　　　）
_____

(2) Con mà muốn đi học võ thật thì bố đóng tiền cho con đi học.（　　　）
_____

(3) Em rất thích món quà mà anh tặng, cảm ơn anh nhiều nhé.（　　　）
_____

(4) Anh mà không tin thì cứ chờ mà xem.（　　　）
_____

(5) Con mà dám lấy cô ấy thì ta chấm dứt quan hệ mẹ con.（　　　）
_____

(6) Điều mà anh vừa phát biểu cũng là điều mà tôi muốn nói đấy.（　　　）
_____

(7) Em làm gì mà nói chuyện với mẹ anh như vậy?（　　　）
_____

(8) Tôi rất thích chuyên ngành mà tôi đang học.（　　　）
_____

4. 请参照语法注释部分翻译成越南语，注意画线部分的越语表达法。

(1) 在那件事的影响下，她<u>变得</u>越来越胆小怕事了。
_____
_____

(2) 我还以为是谁干的这件事，<u>原来</u>是你呀。你简直没人性！
_____
_____

(3) 我很喜欢做翻译工作，我希望将来我能够<u>成</u>为一名优秀的翻译。
_____
_____

(4) <u>已</u>经到时间休息了，咱们回宿舍休息吧。
_____
_____

(5) 咱们<u>先</u>做计划吧，领导同不同意另说。
_____
_____

第十课　订机票

(6) 你尽管先过来吧，说不定 (biết đâu đấy) 有什么惊喜 (tin vui / tin mừng) 等着你哦。

(7) 我们认为，如果他不出面的话，这件事就无法解决。

(8) 故事是这样说的，很久很久以前，雄王有一个女儿叫媚娘，姿色举世无双 (sắc đẹp tuyệt trần)。

BÀI 11 QUA HẢI QUAN
第十一课 过海关

I. Hội thoại 会话

Tình huống 1 Tại lãnh sự quán hoặc đại sứ quán
情景 1 在领事馆或大使馆

A: Chào anh ạ. Em muốn xin visa sang Việt Nam du học, đi học thạc sĩ ạ.
你好。我想申请去越南留学的签证，去攻读硕士学位。

B: Em có giấy mời không? 你有邀请函吗？

A: Dạ, có ạ. Em có giấy thông báo nhập học của trường Đại học Hà Nội.
嗯，有。我有河内大学的入学通知书。

B: Em muốn xin visa loại nào? 你想申请哪种签证？

A: Dạ, em muốn xin visa một năm đi lại nhiều lần ạ.
我想申请一年多次往返的签证。

B: Em có mã số của bộ Công an Việt Nam chưa? 你有越南公安部的批文吗？

A: Dạ, phải có cái đấy à? Em chưa có, người ta chưa làm xong ạ. Nhưng bên kia sắp khai giảng rồi. Bây giờ thì làm thế nào ạ?
啊？还需要那个批文呀？我还没有，他们还没有办好。但那边快要开学了。我现在怎么办呢？

B: Không sao. Em có thể xin visa du lịch đi lại một lần trong một tháng, rồi đổi visa ở bên Việt Nam cũng được mà, còn rẻ hơn em ạ.
没关系，你可以办一个月一次往返的旅游签证先过去，然后在越南再换签证也可以，比在这边办还便宜呢。

A: Thế à? Thế thì em làm visa du lịch một tháng trước cũng được. Bao nhiêu tiền hả anh? 这样呀。那我先办一个月的旅游签证吧。多少钱？

B: 400 Nhân dân tệ. Bây giờ em điền vào tờ khai này đã.
人民币 400 元。请你先填这张申请表。

A: Xong rồi ạ. Dán ảnh đen trắng hay ảnh màu và cỡ bao nhiêu hả anh?
好了。贴黑白相片还是彩色相片呢？多少寸的呢？

116

B: Ảnh gì cũng được. Không sao.　哪种都可以，没关系。

A: Thế em dán ảnh màu cỡ 4x6 nhé…Được rồi. Gửi tiền anh ạ.
那我就贴2寸的彩照吧……好了，给你钱。

B: Ok. Ba ngày sau thì em có thể đến lấy hộ chiếu rồi, nhưng phải nhớ mang theo biên lai này nhé.　好了，三天后你就可以来取护照了，但要记得带这张收据来哦。

A: Anh có thể viết hóa đơn cho em được không ạ?　你可以给我开发票吗？

B: Chúng tôi không có hóa đơn chính thức. Biên lai nhận tiền này là có thể thanh toán rồi, vì trên biên lai này cũng có đóng dấu chính thức của chúng tôi mà.
我们没有正式发票。这张收据就可以报销，因为这张收据上面也有我们的公章嘛。

A: Vâng, cảm ơn anh ạ. Chào anh ạ.　好的。谢谢你。再见。

B: Không có gì. Chào em.　不用谢。再见。

Tình huống 2　Qua hải quan Việt Nam
情景 2　过越南海关

A: Chào anh ạ. Cho em xin hai tờ khai xuất nhập cảnh ạ.
你好。请给我两张出入境申请表。

B: Sao lấy nhiều thế?　怎么要这么多？

A: Em có hai người cơ mà. Bạn em đang trông đồ kia kìa.
我们有两个人。我的朋友正在那边看东西呢。

B: À, ừ. Các em ghi theo mẫu bên kia và ở dưới cùng ký tên bằng phiên âm tiếng Hán nhé.　哦，好的。你们按照那边的样本填，在最后用汉语拼音签上自己的名字。

A: Vâng ạ… Xong rồi anh ạ. Có phải nộp ở đây không ạ?
好的……填好了。是交这里吗？

B: Không. Các em kẹp vào hộ chiếu và nộp ở cửa cửa số 1, đợi một chút là được rồi.
不。你们把申请表夹在护照里交到1号窗口，等一会儿就可以了。

A: Vâng, cảm ơn anh ạ…　好的。谢谢你。

……

A: Chúng em làm xong thủ tục rồi ạ.　我们已经办好手续了。

B: Ừ, cho anh xem cái đã. Rồi. Hành lý của các em đâu?
嗯，给我看一下。行了。你们的行李呢？

A: Đây ạ. Chỉ có hai va-li to và hai ba-lô. Có phải mở ra kiểm tra không ạ?
在这儿。只有两个大的行李箱和两个背包。需要打开检查吗？

B: Các em có mang hàng cấm gì không?　你们带有什么违禁物品吗？

A: Dạ, không ạ. Bọn em chỉ mang quần áo và một số đồ dùng hàng ngày thôi ạ.
哦，没有。我们只是带衣服和一些日用品。

B: Các em có mang đồ quý gì phải khai báo đóng thuế không?
你们有没有带什么贵重物品要报税的？

A: Dạ, bọn em có mang máy ảnh kỹ thuật số và một chiếc vi tính xách tay, nhưng chỉ để tự mình dùng thôi ạ. Không phải đóng thuế chứ gì anh?
我们带了数码相机和笔记本电脑，但只是自用的，不用交税吧？

B: Ồ, không. Nhưng các em phải để tất cả hành lý trên dây chuyền qua cửa kiểm tra an toàn. 哦，不用。但你们要把所有东西放到传送带上以通过安检。

A: Vâng ạ…Bây giờ chúng em có thể đi chưa ạ? 好的……现在我们可以走了吧？

B: Ừ, được rồi. Chúc may mắn nhé! 嗯，可以了。祝你们好运！

A: Vâng, cảm ơn anh! Chào anh. 好的，谢谢。再见。

TỪ MỚI 生词

1	lãnh sự quán 领事馆	17	ký tên 签名
2	đại sứ quán 大使馆	18	kẹp 夹
3	giấy mời 请柬，请帖，邀请函	19	hải quan 海关
4	giấy thông báo nhập học 入学通知书	20	va-li 行李箱
5	khai giảng 开学	21	kiểm tra 检查
6	tờ khai 申请表，登记表	22	hàng cấm 违禁物品
7	dán 粘贴，贴	23	đồ quý 贵重物品
8	ảnh đen trắng 黑白照片	24	khai báo 上报
9	ảnh màu 彩色相片	25	đóng thuế 纳税，交税
10	mang theo 随身捎带，带上	26	máy ảnh kỹ thuật số 数码照相机
11	biên lai 收据	27	vi tính xách tay 笔记本电脑，手提电脑
12	hóa đơn 发票	28	tự mình 自己
13	chính thức 正式	29	dây chuyền 传送带
14	thanh toán 结账，算钱；报销	30	kiểm tra an toàn 安检
15	xuất nhập cảnh 出入境	31	may mắn 幸运
16	mẫu 样本		

II. Ghi chú ngữ pháp 语法注释

1. tại 的用法。

(1) tại 可以作介词，表示"在"的意思，相当于 ở，如：

-Chúng tôi xin visa *tại* lãnh sự quán Việt Nam. 我们在越南领事馆申请签证。

-Cũng *tại* trung tâm thủ đô Kuala Lumpur, người ta đã xây dựng một cột cờ cao nhất thế giới ở quảng trường Tự do.

也在吉隆坡，人们在自由广场上建起了世界上最高的旗柱。

(2) Tại 也可以作关联词，表示"因为"的意思，常常还跟 vì 连用，如：

-*Tại* anh mà tôi không được tham dự cuộc thi lần này.

都怪你，害得我没能参加这次比赛。

-*Tại* sao hôm qua anh không đến? 为什么你昨天不来啊？

-*Tại* vì anh bị cảm nặng. 因为我得了重感冒。

2. về 的用法。

(1) về 作动词是"回"的意思，如：

-Mỗi tháng tôi chỉ *về* nhà một lần. 每个月我只回家一趟。

-Tuần sau thì chúng tôi có thể *về* nước rồi. 下周我们就可以回国了。

(2) về 作趋向动词，放在动词后面，表示从某地返回到原来的地方，或者向某个方向移动。如：

-Bây giờ tôi phải đi *về* đây. 现在我要回去了。

-Năm năm sau, ông ta lại trở *về* nước. 五年后，他又重返祖国了。

-Cháu bé vừa nói vừa đi *về* phía bố mẹ. 那个小孩一边说一边向父母那边走去。

(3) về 也可以作关联词，与名词或名词性词组组成关联词结构，指出涉及的范围或方面，常作状语，也可以作定语。如：

-*Về* mặt hạn chế thì còn tồn tại những vấn đề như sau…

在不利的方面就还存在以下几个问题……

-Hôm nay chúng ta thảo luận *về* vấn đề ngữ pháp. 今天我们讨论关于语法的问题。

3. giành, lấy, xin, đòi 的区别用法。

giành, lấy, xin, đòi 都有表示"取得、拿、要"的意思，其区别用法如下：

(1) giành 表示通过一定的努力而取得或获得成绩、成果等，如：

-Chúng ta phải cố gắng học tập để *giành* được thành tích tốt.

咱们要努力学习，争取好的成绩。

-Chúng tôi cũng mong muốn sự hợp tác giữa hai bên chúng ta được thuận lợi và *giành* được thành công tốt đẹp.

我们也很希望咱们双方之间的合作能够顺利并取得圆满成功。

-Cuộc cách mạng đã *giành* được thắng lợi to lớn. 革命已经取得了巨大的胜利。

(2) lấy 表示直接去拿或去取某物，如：

-Ba ngày sau thì em có thể đến *lấy* hộ chiếu rồi. 三天后你就可以来取护照了。

-Tớ phải về ký túc xá *lấy* sách đã. 我得先回宿舍拿书。

(3) xin 主要有三种用法。

+xin 表示客气地问要，如：

-Chào anh ạ. Cho em *xin* hai tờ khai xuất nhập cảnh ạ.

你好。请给我两张出入境申请表。

-Tôi đã *xin* được sự đồng ý của thầy giáo rồi. 我已经取得老师的同意了。

+xin 表示客气地请求别人的允许，如：

-Em *xin* tự giới thiệu. 请允许我作自我介绍。

-Bác *xin* cho hỏi, đi chợ Đồng Xuân đi như thế nào ạ?

大伯请问，去同春市场怎么走啊？

-Bạn *xin* cho biết bây giờ là mấy giờ ạ? 同学，请问现在几点了？

-Bạn *xin* cho biết người chủ trì là ai đấy ạ? 请问那个主持人是谁啊？

+xin 还可以表示有求于别人，如：

-Tôi *xin*!（我）拜托你了／求你了！

-*Xin* anh! 求你了！

-Con *xin* bố, con xin! 爸爸，我求你了，求你了！

(4) đòi 表示要求、恳求或追讨某物，如：

-Lớn thế này mà còn *đòi* tiền bố mẹ, mày không xấu hổ à?

长这么大了还问父母要钱，你都不害羞啊？

-Chúng nó nợ tiền, mình còn phải đi *đòi* nợ cơ. 他们欠款，我还得去追债呢。

III. Kiến thức mở rộng　扩充知识

1. Lời chúc tụng 祝愿词：

Chúc mừng năm mới! 新年快乐！

Chúc mừng sinh nhật! 生日快乐！

Chúc mừng giáng sinh! 圣诞快乐！

Chúc mọi việc thuận lợi! 祝你一切顺利！

Xin chúc mừng bạn! 祝贺你！

Chúc bạn mạnh khoẻ! 祝你健康!

Chúc bạn vui, khoẻ và học tập tiến bộ. 祝你快乐、健康、学习进步!

Chúc may mắn! 祝你好运!

Chúc cụ sống lâu muôn tuổi! 祝您健康长寿!

Chúc bạn gia đình hạnh phúc! 祝家庭幸福!

Chúc anh/ chị làm việc thuận lợi! 祝你工作顺利!

Chúc bạn làm ăn phát đạt! 祝你生意兴隆!

Chúc anh/ chị thượng lộ bình an! 祝你一路平安!

Chúc một chuyến đi vui vẻ! 祝旅途愉快!

Chúc một ngày nghỉ vui vẻ! 假日快乐!

Chúc cả nhà hạnh phúc, vạn sự như ý! 祝你阖家幸福，万事如意!

Chúc cả nhà hoà thuận! 一团和气!

Chúc phát tài! 恭喜发财!

Muốn sao được vậy! 心想事成!

Muốn gì được nấy! 心从所欲!

Thuận buồm xuôi gió! 一帆风顺!

Buôn bán hưng thịnh. 生意兴隆!

Sự nghiệp phát triển! 大展宏图!

Nhất bổn vạn lợi! 一本万利!

Thành công mọi mặt! 东成西就!

Mã đáo thành công! 马到成功!

2. Từ ngữ bổ sung 补充词汇：

giấy tờ 证件	giấy mời / thư mời 邀请函、邀请信
giấy biên phòng 边防证	giấy thông hành 通行证
giấy khám sức khoẻ 健康证、健康证明	giấy tạm trú 暂住证
giấy chứng minh 证明书	chứng minh thư 身份证
giấy tiêm chủng/ Sổ kiểm dịch 预防接种证	giấy phép 许可证
bản kê khai 表格，申请表	đơn xin visa 签证申请单
công an biên phòng 边防公安	thông lệ 惯例
đóng thuế/ nộp thuế 交税、纳税	miễn thuế 免税
trốn thuế 逃税	tránh thuế 避税

hợp pháp 合法	trái phép 违法
hàng cấm 违禁品	chất dễ cháy 易燃品
chất dễ nổ 易爆品	đồ cổ / văn vật 古董、文物
thuốc súng 火药	thuốc độc 毒品
Hê-rô-in 海洛因	tiêu bản động/thực vật 动、植物标本

IV. Bài tập 练习

1. 请按照以下话题提示，编一个情景对话，并以学生问老师回答的形式进行对话练习：

   赴越留学，应该去哪里办护照和签证？如何办？
   赴越留学需要注意些什么问题？需要注意带些什么东西？
   过海关需要注意些什么问题？在越南乘飞机需要注意什么问题？
   在越南的生活条件如何？学习作息时间如何？
   ……

   A: _____
   B: _____

   A: _____
   B: _____

   A: _____
   B: _____

   A: _____
   B: _____

   A: _____
   B: _____

   A: _____
   B: _____

第十一课　过海关

A: _____
B: _____
   _____

A: _____
B: _____
   _____

A: _____
B: _____
   _____
   _____

A: _____
B: _____
   _____

2. 请参照语法注释部分翻译以下句子，注意画线部分的越语表达法。

   (1) <u>在这里</u>，没有人会帮助你的，你要自己出去打工，自己去赚钱以养活自己。
   _____
   _____

   (2) 这件事<u>都怪我</u>，没有提前告诉你。
   _____

   (3) 今天下午的会议主要是讨论<u>关于</u>什么的主题呢？
   _____
   _____

   (4) 这次比赛<u>对于</u>我来说非常重要，我得竭尽全力<u>取得好成绩</u>，绝不辜负老师的期望。
   _____
   _____

   (5) 经过一学年<u>在</u>越南的留学实践，我们又再一次<u>返回祖国</u>，<u>返回</u>学校继续学习。
   _____
   _____

   (6) 我没钱了，待会儿我要去银行<u>取点钱</u>才行。
   _____
   _____

(7) 同学，请问人家在这里搞什么活动呢？

(8) 我求了好久她才同意跟我一起出国留学的。

(9) 老师，请再给我一张草稿纸。

(10)（母亲对孩子说）你不得再向爷爷奶奶要钱了哦。

BÀI 12   THAM QUAN – DU LỊCH
第十二课   参观－旅游

I. Hội thoại   会话

Tình huống 1   Tôi muốn sang Việt Nam du lịch
情景 1   我想去越南旅游

A: Chào cô.   你好。

B: Chào ông. Ông muốn đi du lịch phải không ạ?   您好。您想去旅游对吗?

A: Ừ, tôi muốn đi du lịch một vài nơi của Việt Nam.
是的，我想去越南的一些地方旅游。

B: Vâng, chúng tôi có rất nhiều chuyến đi trọn gói, từ 2 đến 10 ngày đều có. Đây là danh sách các chuyến đi trọn gói. Còn đây là danh sách giới thiệu về các điểm du lịch.
好的，我们有很多全包的旅游线路，2-10天的都有。这是全包的线路，这是各旅游景点的介绍。

A: Cảm ơn cô. Có lần tôi đi du lịch một mình. Vì không ai đi cùng, cái gì cũng phải tự làm lấy, nên chuyến đi hơi vất vả. Lần này đi theo đoàn chắc tốt hơn nhỉ?
谢谢你。有一次，我一个人去旅游，因为没有人跟我去，什么事情都要自己亲自做，所以挺辛苦的。这次跟团去大概会好一些吧?

B: Tất nhiên ông ạ. Chúng tôi sẽ sắp xếp tất cả mọi việc. Du khách chỉ cần đi đúng giờ và làm theo sự hướng dẫn của chúng tôi là được rồi.
那当然了。我们会安排好所有的事情，游客只需要准时出发并按照我们的指引做就行了。

A: Tôi muốn đi theo chuyến "A4 Việt Nam". Nhân tiện đi khảo sát thị trường Việt Nam luôn. Hành trình sẽ sắp xếp như thế nào?
我想参加"越南A4"这条线路，顺便去考察一下越南市场。你们行程是怎么安排的?

B: Dạ. Chuyến "A4 Việt Nam" tức là chuyến "Hạ Long-Hải Phòng-Hà Nội" 4 ngày 3 đêm. Hành trình được sắp xếp như sau: Ngày thứ nhất, 8 giờ sáng xuất phát. Khoảng

11 giờ đến Đông Hưng và tham quan thị trường thương mại biên giới của thị xã Đông Hưng nửa tiếng. Xong rồi mới qua hải quan, và khoảng 1 giờ chiều tức 12 giờ Việt Nam đến Móng cái và ăn trưa ở Móng Cái. Sau đó khởi hành đi Hạ Long và khoảng 5 giờ chiều đến Hạ Long. 6 giờ tham quan Công viên Hoàng Gia và chợ Hạ Long. Ngày thứ hai, buổi sáng đi tàu dạo chơi trên biển và ăn trưa trên thuyền. 12 giờ trưa khởi hành đi Hải Phòng và tham quan cảng Hải Phòng và sòng bạc Đồ Sơn. Sáng ngày thứ ba khởi hành đi Hà Nội và tham quan Văn Miếu, hồ Hoàn Kiếm, hồ Tây… Sáng ngày thứ tư tham quan Lăng Bác Hồ, sau đó đi dạo chơi phố cổ Hà Nội và mua đồ lưu niệm. Ăn trưa xong thì khởi hành trở về Trung Quốc qua cửa khẩu Hữu Nghị Quan.

哦,"越南A4"这条线路就是"下龙－海防－河内"四天三夜游。行程安排如下:第一天,早上8点钟出发,大约11点到东兴并在东兴边贸市场参观半个小时。参观完后再过海关,下午1点左右即越南时间约12点到芒街并在芒街吃中餐。然后出发去下龙湾,约下午4点半到下龙。6点参观皇家公园和下龙市场。第二天早上乘游船在海上游玩并在船上吃午饭。中午12点起程去海防并参观海防港和涂山赌场,晚上住海防;第三天早上起程去河内并参观文庙、还剑湖、西湖等;第四天早上参观胡伯伯陵园,然后参观河内古街和买纪念品。吃完午饭就起程从友谊关关口返回中国。

A: Giá trọn gói là bao nhiêu ạ? 全包价是多少呢?

B: Xin ông xem bảng giá ở trên tường ạ. 请您看看墙上的价格表。

Tình huống 2　Tôi muốn đi du lịch Trung Quốc

情景2　我想去中国旅游

A: Cháu chào cô ạ. Cô cần gì ạ?　您好。请问您需要些什么呢?

B: Tôi muốn tìm hiểu về du lịch nước ngoài. Công ty cháu có những tour du lịch đi nước nào?　我想了解一下国外旅游。你们公司有哪些国家的旅游路线呢?

A: Dạ. Công ty cháu có nhiều tour, nhưng chủ yếu hướng về Trung Quốc và các nước Đông Nam Á ạ. Xin cô xem tờ giới thiệu cụ thể này. Cô có mấy người đi cùng ạ?

哦,我们有许多线路,但主要面向中国和东南亚各国。请您看这张广告上具体的介绍。您有几个人一起去呢?

B: Chúng tôi cả gia đình cùng đi, gồm hai vợ chồng và hai con. Nhưng mà phải chờ nửa tháng nữa chồng tôi mới được nghỉ.

我们是全家人一起去,包括夫妇俩和两个孩子。但还要等半个月我的丈夫才能放假。

A: Vâng, không sao ạ. Cả gia đình đi mới vui mà. Cô xác định đi nước nào chưa ạ?

第十二课 参观－旅游

好的，没关系的。全家人去才好玩嘛。您决定去哪个国家旅游了吗？

B: Tôi muốn đi theo tour "Bắc Kinh-Thượng Hải-Tô Hàng" của Trung Quốc. Xem phim Trung Quốc nhiều rồi, tôi thấy văn hóa Trung Quốc rất hay, rất muốn được tận mắt nhìn thấy.

我想参加中国的"北京－上海－苏杭"路线。看中国片多了觉得中国文化很有意思，很想去亲眼看看。

A: Vâng. Chuyến này là chuyến du lịch kinh điển của Trung Quốc đấy.

Bắc Kinh là kinh đô của nhiều đời phong kiến và là thủ đô của Trung Quốc hiện nay, có nhiều cảnh điểm du lịch tuyệt vời. Ngay trong nội thành thì có Cố Cung, Thiên Đàn, công viên Bắc Hải, vườn hoa Cảnh Sơn và Dung Hòa Cung. Còn ngoại thành thì có Di Hòa Viên, Thập Tam Lăng đời Minh và Vạn Lý Trường Thành. Thượng Hải là trung tâm kinh tế tài chính nổi tiếng xưa nay Trung Quốc, nhưng cũng không thiếu cái đẹp cổ kính của Trung Quốc, là nơi kết hợp văn hóa giữa cổ điển và hiện đại, phương Đông và phương Tây. Còn Tô Hàng lại là nơi đẹp nhất Trung Quốc, người ta thường nói "Trên có thiên đường, dưới có Tô Hàng" đấy.

是的，这是中国经典的旅游线路呢。北京是多个封建王朝的都城并且现在也是中国的首都，有许多绝妙的旅游景点。在市内有故宫、天坛、北海公园、景山公园和雍和宫，而城外有颐和园、明十三陵和万里长城等。上海历来都是中国著名的经济金融中心，但不缺少中国的古典美，是古今文化和中西方文化的交汇之地。而苏州和杭州又是中国最美丽的地方，人们常说"上有天堂，下有苏杭"呢！

B: Ừ, cho nên chúng tôi cũng muốn đi tìm hiểu văn hóa Trung Quốc sâu hơn một chút.

嗯，所以我们也想去加深了解呢。

A: Vâng. Cả gia đình cô có hộ chiếu chưa? 好的。你们全家人有护照吗？

B: Chưa. Chúng tôi đi theo đoàn, các cháu nên chuẩn bị mọi giấy tờ cho chúng tôi chứ?

没有。我们跟团去，你们应该给我们准备好所有的证件才对啊？

A: Dạ, có ạ. Chẳng qua nếu du khách có hộ chiếu rồi thì có thể rẻ hơn một chút ạ. Không sao. Xin cô nộp mỗi người 3 ảnh và điền vào mẫu này.

对，是的。只不过是如果游客有护照的话就可以便宜一些了。没关系。请您交给我每人三张相片，并且填一下这张表。

B: Nhưng chúng tôi không biết tiếng Hán thì sao? 但我们不懂汉语怎么办呢？

A: Không sao đâu. Chúng cháu sẽ sắp xếp cho cô một người phiên dịch đi theo. Và đi đến đâu cũng có hướng dẫn địa phương.

没关系的，我们将会给你们安排一个翻译跟着去。而且去到哪里都有当地导游。

B: Ừ, thế thì hay quá. Cảm ơn cháu nhé. 哦，那就太好了。谢谢你。

A: Dạ, không dám, đó chỉ là công việc của chúng cháu ạ.
哦，不用谢，这是我们的工作。

TỪ MỚI 生词

1	trọn gói 全包	14	xác định 确定
2	danh sách 名册，名单	15	tận mắt nhìn thấy 亲眼目睹
3	điểm du lịch 旅游景点	16	kinh điển 经典
4	một mình 自己，独自	17	phong kiến 封建
5	nhân tiện 顺便，趁机	18	nội thành 城内，市内
6	hành trình 行程	19	ngoại thành 城外，市郊
7	khởi hành 启程	20	xưa nay 古今，自古以来
8	sòng bạc 赌场	21	cổ kính 古老
9	cửa khẩu 关口	22	kết hợp 结合
10	bảng giá 价格表	23	sâu 深
11	tường 墙	24	giấy tờ 证件
12	tìm hiểu 了解	25	phiên dịch 翻译
13	tour du lịch 旅游线路	26	hướng dẫn địa phương 地方导游，地陪

II. Ghi chú ngữ pháp 语法注释

1. tận 等表示"亲自……"的词汇的用法。

(1) 表示"亲自做某事"，可以用：*đích thân*，如：

-Chính ống ấy đã *đích thân* đi thăm một lần rồi. 他已经亲自去看望了一次。

-Tôi đã *đích thân* làm việc ấy. 是我亲自做的那件事。

(2) 表示"亲眼看到"用 tận mắt nhìn thấy，"亲耳听到"用 tận tai nghe thấy；Mắt thấy tai nghe 则指"耳闻目睹"；"亲手做"可以用 tận tay làm, tự tay làm, tự làm lấy。如：

-Cháu là do bác *tận tay* đỡ đẻ đấy. 你是我亲手接生的呢。

-Việc đó là *tự tay* nó làm, sao nó không rõ?
那件是他亲手做的，他怎么会不清楚？

第十二课　参观－旅游

(3) tận 还可以表示"穷尽、到最后",如:

-Anh phải đến *tận* nhà nó mới được. 你要到他家去才行。

-Tôi chờ đến tận 12 giờ đêm vẫn không thấy nó đến. 我等到夜里12点都不见他来。

2. bởi, do, vì, nhờ 等的区别用法。

(1) bởi 有"由、因"的意思,如:

-Hồ Tây được ngăn cách với hồ Trúc Bạch *bởi* đường Thanh Niên râm mát, hữu tình. 西湖与竹帛湖隔着一条阴凉而富有情趣的青年路。

-Hạ Long không chỉ đẹp *bởi* các hòn đảo lớn nhỏ mà còn *bởi* hàng loạt hang động tự nhiên. 下龙湾不仅因各大小岛屿而美丽,还因许许多多的天然山洞而美丽。

-Hạ Long còn hấp dẫn, thu hút du khách năm châu *bởi* các bãi tắm lý tưởng của nó. 下龙湾还因其理想的海滩浴场吸引着五湖四海的游客。

(2) 关联词 do 与名词、代词或名词性词组结合,组成关联词结构,也有两种用法:

+ 表示原因,如:

-*Do* đó ông ta có một ý nghĩ hết sức độc đáo: động vật sở dĩ không bị chết ngạt là nhờ cùng chung sống với cây cối.

由此,他有了一个非常独特的想法:动物之所以没有被窒息而死是因为它与植物共同生存。

-Một hôm, do một sự tình cờ, anh ấy đã biết được tên chị.

一天,由于一个偶然的机会,他就知道你的名字了。

-*Do* mưa nhiều, nước sông đã tràn lên cao. 由于下雨多,河水已经涨高起来了。

+ 表示引出施动者,如:

-Thiết bị này *do* nhà máy Thượng Hải sản xuất.

这种设备是由上海的工厂制造的。

-Đoàn khảo sát *do* đồng chí An dẫn đầu đã lên đường rồi.

由阿安同志带领的考察团已经上路了。

(3) vì 有"因为"的意思,如:

-*Vì* trời mưa, chúng ta không đi cắm trại được nữa.

因为下雨,咱们不能去露营了。

-*Vì* anh đến muộn mà hỏng việc rồi. 由于你迟到,事情都搞砸了。

+vì 后面还常常搭配 nên, cho nên 来组成 "vì...nên/cho nên..." 的关联词结构,表示"因为……所以……",如:

-Vì trời mưa nên kế hoạch phải thay đổi. 因为下雨,所以计划得改变。

+ vì 还可以表示"为了",如:

-*Vì* con mà chị ấy có thể làm tất cả. 为了孩子,她可以做任何事情。

-Chúng ta phải có tinh thần hy sinh quên mình *vì* tổ quốc.

咱们要有为祖国而忘我牺牲的精神。

(4) nhờ 也有"因为、依靠"的意思，如：

-*Nhờ* có cảnh thiên nhiên tuyệt vời, hàng năm thành phố Hạ Long đã thu hút rất nhiều khách du lịch trong và ngoài nước.

因为有着 / 依靠着绝妙的天然景观，下龙市每年都吸引了很多的国内外游客。

+ 此外，nhờ 还有表示拜托某人做某事的意思，如：

-Em muốn *nhờ* anh một việc. 我想拜托你一件事。

-Cho *nhờ* tý. 请让一下 / 劳驾过一下。（指拜托别人让一下）

-Tôi qua tôi ở *nhờ* chỗ bạn tôi. 我在我朋友处借宿。

3. cần, phải, cần phải, buộc phải, bắt buộc phải, đành phải 的区别用法。

(1) cần, phải, cần phải, 都有"需要"的意思，但 cần 偏于指主观上的需要，phải 偏于指客观上的需要，有"必须"之意，cần phải 和 phải 的用法一样偏于指客观上的需要，如：

-Em không *cần* anh nữa đâu, anh đi đi. 我不再需要你了，你走吧。

-Công ty chúng tôi rất *cần* người có tài như anh.

我们的公司很需要像你这样的人才。

-Du khách chỉ *cần* đi đúng giờ và làm theo sự hướng dẫn của chúng tôi là được rồi.

游客只需要准时并且按照我们的指引去做就行了。

-Tuần sau tôi *phải* đi Thượng Hải một chuyến. 下周我得去一趟上海。

-Em cần *phải* cố gắng hơn người khác mới được. 你得比别人更加努力才行。

(2) buộc phải, bắt buộc phải, đành phải 常常指由于客观上的原因而"必须得、不得不、只好"，如：

-Hết xe buýt rồi, chúng tôi *buộc phải / đành phải* đi tắc-xi về nhà.

没有公交车了，我们不得不 / 只好打的回去。

-Không còn cách gì nữa, tôi *đành phải* làm thế thôi.

没有什么办法了，我只好这么做了。

(3) 此外，buộc 和 bắt buộc 还可以与 phải 隔开着用，即"buộc/ bắt buộc+ 人或物 + phải"，表示"逼迫某人某物不得不……"，如：

-Chúng ta còn có thể *buộc* nó *phải* đầu hàng bằng cách khác.

咱们还可以用其他办法逼他投降。

-Chúng ta không nên bắt *buộc* nó *phải* làm thế này thế kia.

咱们不应该逼迫他必须这样那样做。

III. Kiến thức mở rộng 扩充知识

Từ ngữ bổ sung 补充词汇：

Các thành phố du lịch và cảnh điểm du lịch của Việt Nam 越南各旅游城市及旅游景点：

Thành phố Hồ Chí Minh 胡志明市：

Dinh Thống Nhất 统一宫	UBND thành phố 市政办公厅
Nhà thờ Đức Bà 圣母大教堂	Chùa Vĩnh Nghiêm 永严寺
Viện bảo tàng Chiến tranh 战争博物馆	Viện bảo tàng Lịch sử 历史博物馆
Viện bảo tàng Cách mạng 革命博物馆	Trung Tâm Bưu điện 邮政中心
Vườn Bách thảo 百草公园	phố Tàu 华人街
Nhà hát lớn 大剧院	Chợ Bến Thành 滨城市场
Địa đạo Củ Chi 古芝地道	Công viên Nghi Đàm 凝潭公园

Thành phố Hà Nội 河内市：

Quảng trường Ba Đình 巴亭广场	Lăng Chủ tịch Hồ Chí Minh 胡志明陵墓
Bảo tàng Hồ Chí Minh 胡志明博物馆	Bảo tàng Lịch sử 历史博物馆
Bảng tàng quân sự 军事博物馆	Bảo tàng Mỹ thuật 美术博物馆
Phủ Chủ tịch 主席府	Cột cờ Thắng Lợi 胜利旗台
Hồ Tây 西湖	hồ Hoàn Kiếm 还剑湖
Tháp Rùa 龟塔	Đền Ngọc Sơn 玉山祠
Chùa Một Cột 独柱寺	Chùa Kim Liên 金莲寺
Chùa Trấn Quốc 镇国寺	Văn Miếu 文庙
Nhà thờ lớn Hà Nội 河内大教堂	Công viên Bách Tảo 百草公园
Công viên Thủ lệ (công viên Bách thú)	Phố cổ Hà Nội 河内古街
首丽公园（也叫百兽公园）	Cổ Loa 螺城

Thành phố Huế 顺化市：

Hoàng thành Huế 顺化皇城	Ngọ Môn 午门
Cột cờ 旗台	Hoàng lăng Huế 顺化皇陵
Lăng Tự Đức 嗣德陵	Lăng Đồng Khánh 同庆陵

Lăng Minh Mạng 明命陵	Lăng Khải Định 启定陵
Chùa Thiên Mụ 天姥寺	Cầu Tràng Tiền 长钱桥
Núi Ngự Bình 御屏山	Bảo tàng Đế Quốc 帝国博物馆
Bảo tàng Lịch sử 历史博物馆	Bảo tàng Mỹ thuật 美术博物馆
Bảo tàng Quân sự 军事博物馆	Viện Thánh mẫu 圣母院
Khu tàu 唐人区	

Các thành phố du lịch và cảnh điểm khác 其他旅游城市及景点：

Thành phố Vũng Tàu 头顿市	Thành phố Hải Phòng 海防
Đồ Sơn 涂山	Đảo Cát Bà 吉婆岛
Thành phố Đà Nẵng 岘港	Thành phố Nha Trang 芽庄
Vịnh Hạ Long 下龙湾	Thành phố Hạ Long 下龙市
Thành phố Đà Lạt 大叻	Thành phố Hội An 会安市、会安古城
Sa Pa 沙巴	Núi Tam Đảo 三岛山
Sầm Sơn 岑山	Công viên nước 水上公园
Đảo Tuần Châu 浔洲岛	Công viên Hoàng Gia 皇家公园

Các trò chơi 一些游玩项目：

xe chạy đường núi 过山车	tàu hải tặc 海盗船
biểu diễn cá heo 海狮表演	chọi gà 斗鸡
thế giới biển 海底世界	đấu bò tót 斗牛

IV. Bài tập 练习

1. 要熟练掌握越南一些著名旅游城市及旅游景点的名称。
2. 请根据你所在城市的实际情况完成以下对话，同时进行口头对话练习。

   Bạn Việt Nam hỏi về chuyện đi du lịch.

   A: Vân ơi, sắp nghỉ hè rồi. Bọn chị bốn người muốn đi du lịch Trung Quốc một chuyến. Theo em, bọn chị nên đi du lịch những nơi nào nhỉ?

   B: _____?

   A: Rồi, bọn chị đã đi du lịch Bắc Kinh, Thượng Hải và Tô Hàng rồi.

   B: Vâng, thế các chị lần này nên đi thăm _____

第十二课 参观－旅游

hoặc _____

A: Thế à? Tây An có những gì hay đấy?

B: Dạ, _____
_____
_____

A: Còn tuyến đường du lịch Thâm Quyến, Hồng Kông thì sao?

B: Dạ, _____
_____
_____

A: Theo em, bọn chị nên tự mình đi hay đi theo đoàn du lịch?

B: Dạ, nếu các chị đi _____

vì _____
_____

Nhưng mà nếu các chị đi _____

vì _____
_____

A: Ừ, hay quá, chắc bọn chị đi du lịch cả hai tuyến đường này. Cảm ơn em nhiều nhé.

B: Dạ, không có gì.

3. 请参照语法注释部分翻译以下句子，注意画线部分的越语表达法。

(1) 这个请示需要有院长亲笔签名才行。

_____

(2) 这一次是由学院领导亲自带队赴越留学，以顺便跟越方学校洽谈学生管理的问题。

_____
_____

(3) 在河内，的士一般都是上门接送客人。

_____

(4) 正是我亲耳听到他这么说的。

_____

(5) 昨晚我一直加班到凌晨2点都译不完这份文稿。

_____
_____

(6) 桂林因其山青、水秀、洞奇、石怪而享有"桂林山水甲天下"的美誉。

(7) 这几天由于连续下大雨，河水已经高涨起来并超过了警戒线 (đường cảnh báo)。

(8) 这款汽车是由天津一汽生产的，质量绝对过硬 (đảm bảo)。

(9) 由于人数不够，我们队被取消了参赛资格。

(10) 由于此次谈判关系到公司的未来发展方向和前景，因此由公司总经理亲自带队赴越谈判。

(11) 凭着优秀的专业基础和绝佳的综合素质，她在此次面试当中脱颖而出 (bộc lộ toàn tài năng)，顺利成为这个世界500强公司的中层储备干部。

(12) 今天下午你去书店买书，我想拜托你顺便帮我买一本商务印书馆出版的《越汉词典》可以吗？

(13) 当我真正需要你的时候，你在哪里？而我现在不需要你了，你才回来！

(14) 由于自身的残疾，别人很容易办到的事情，她却需要比别人付出多几倍的努力 (phải nỗ lực hơn người khác gấp mấy lần) 才能够办到。

(15) 因为起床晚了,我不得不打的去火车站以赶上早上8点的那趟火车。

(16) 家长不应该逼迫小孩子承担过多的学习任务,而应该让他们有一个快乐的童年。

(17) 由于家里太穷,交不起学费,他只好辍学了。

BÀI 13 HỘI CHỢ TRIỂN LÃM
第十三课 会展

I. Hội thoại 会话

Tình huống 1 Đăng ký làm tình nguyện viên tham gia hội chợ triển lãm
情景 1 报名参加展览会志愿者

A: Mày đi đâu về đấy? 你从哪儿回来的？

B: Tao vừa ở văn phòng cô giáo về. 我刚刚从老师办公室回来。

A: Cô giáo gọi mày lên VP làm gì thế? Giao bài tập cho mày làm à?
老师叫你去办公室干嘛呢？给你布置作业吗？

B: Không, cô đưa cho tao tờ thông báo về việc đăng ký làm tình nguyện viên ở Hội chợ triển lãm Trung Quốc–ASEAN, để sáng mai lên lớp tao phổ biến cho các bạn biết nội dung và cho các bạn tình nguyện đăng ký.
不，老师给了我一份报名参加中国—东盟博览会志愿者活动的通知，以便明天早上上课时通知同学们，并让大家自愿报名。

A: Ồ, vậy à? Hội chợ triển lãm Trung Quốc– ASEAN là một hội chợ như thế nào?
哦，这样啊。中国—东盟博览会是怎样一个展览会呢？

B: Hội chợ triển lãm Trung Quốc–ASEAN là hội chợ thượng đỉnh do Trung Quốc và 10 nước Đông Nam Á phối hợp tổ chức, nó là mặt bằng giao lưu hợp tác giữa Trung Quốc và 10 nước Asean, ngoài ra còn có nhiều nước khác cũng đăng ký tham gia. Các thương gia, các doanh nghệp của các nước sẽ phát huy đầy đủ ưu thế địa lý, văn hóa của mình, trưng bày những đặc sản nổi tiếng, độc đáo, có chất lượng tốt của địa phương đó.
中国—东盟博览会是由中国和东盟10国共同配合组织的展览盛会，它是中国与东盟10国交流合作平台，此外也有许多其他国家报名参加。各国参展商将会充分发挥自己的地理、文化优势，展出当地的名、特、优产品。

A: Chà, hội chợ này nghe có vẻ lớn quá nhỉ! Vậy hội chợ triển lãm Trung Quốc–ASEAN thường được tổ chức vào thời gian nào và ở đâu thế?
哇，这个展览会听起来好宏大呀！那中国—东盟博览会通常在什么时候、在哪

第十三课　会展

里举办呢？

B: Trung tâm Hội chợ Triển lãm Quốc tế Nam Ninh của thành phố Nam Ninh Quảng Tây là địa chỉ vĩnh cửu của Hội chợ Triển lãm Trung Quốc–ASEAN. Khoảng trung tuần tháng 10 hàng năm, Hội chợ Triển lãm Trung Quốc–ASEAN đều được tổ chức tại đây, đến nay đã tổ chức thành công 13 lần rồi.

广西南宁的国际会展中心是中国—东盟博览会的永久会址。大概每年10月中旬，中国—东盟博览会都会在此举行，到现在已经成功举办了13届。

A: Vậy hội chợ lần này sẽ có những nước nào tham gia nhỉ?

那么这一届展览会将会有哪些国家参加呢？

B: Lần này có hơn 20 nước tham gia đấy, ví dụ như Việt Nam, Lào, Ma-lai-xi-a, In-đô-nê-xi-a... Các nước ASEAN có sử dụng hơn 1000 ki-ốt, chiếm hơn 1/3 tổng số ki-ốt đấy.

这一届有20多个国家报名参加，比如越南、老挝、马来西亚、印度尼西亚等等。东盟各国使用1000多个展位，占了展位总数的1/3以上呢。

A: Chà, ghê nhỉ! Hội chợ diễn ra trong thời gian bao lâu? Và những ai có thể vào tham quan nhỉ?

哇，真厉害！这个展览会持续多久？什么样的人可以进去参观呢？

B: Hội chợ thường kéo dài khoảng 4-5 ngày. Trong đó, 2-3 ngày đầu chỉ cho phép những người có gian hàng trong hội chợ và những chuyên gia, thương gia, doanh nghiệp chuyên môn, họ có đăng ký trước và được cấp thẻ ra vào tự do. Còn 2 ngày cuối thì mới cho phép người dân thường mua vé vào tham quan, mua sắm.

展览会一般持续4—5天。其中，头两三天一般只面向有展位的人和一些专家、商人、企业人士开放，他们需要预先报名，获得正式的进出卡。最后两天才允许一般民众买票进去参观和购物。

A: Vậy thì chúng ta vào làm sao được? Chắc vé sẽ đắt lắm ấy nhỉ?

那么我们怎么能进去呢？大概门票会很贵吧？

B: Tao chả vừa nói với mày là gì? Cô giáo vừa đưa cho tao tờ thông báo đăng ký tham gia tình nguyện viên còn gì. Chúng ta có thể đăng ký làm tình nguyện viên ở hội chợ chứ. Mỗi lần tổ chức hội chợ, ban tổ chức đều cần rất nhiều tình nguyện viên tham gia, đặc biệt là những tình nguyện viên biết các thứ tiếng Đông Nam Á như chúng ta. Chúng ta đang học chuyên ngành tiếng Việt Nam chứ gì, lại vừa ở Việt Nam về. Việt Nam là một trong 10 nước ASEAN, lại gần Nam Ninh nhất, mỗi năm đều có nhiều gian hàng nhiều ki-ốt, và không phải gian hàng nào cũng có phiên dịch riêng đâu.

刚才我不是跟你说了吗？老师不是刚刚给了我一份关于报名参加志愿者的通知吗？咱们可以报名做展览会的志愿者呀。每次组织这个展览会，组委会都需要很多志愿者，尤其需要像我们这样懂得东南亚国家语言的志愿者。咱们不是在学越南语专业嘛？又刚刚从越南留学回来。而越南是东盟10国中的一员，又离南宁最近，每年都有多个展厅多个展位，并不是每个展位都有自己的翻译的。

A: Ồ, vậy có nghĩa là chúng ta sẽ đăng ký làm tình nguyện viên phiên dịch tiếng Việt à?
哦，那意思是咱们可以报名做越南语翻译志愿者了？

B: Đúng rồi. Nếu được tham gia, chúng ta sẽ được miễn phí ra vào cửa, lại còn được tiếp xúc, nói chuyện trực tiếp với người Việt Nam, nâng cao khả năng tiếng Việt của chúng ta, vui vậy sao không làm chứ?
对啊。如果可以参加的话，咱们就可以免费进出，又可以跟越南人直接接触、说话，提高我们的越语能力，何乐而不为呢？

A: Ôi, thật tuyệt! Cho tao đăng ký tham gia đi. 噢，太好了。那我报名吧。

B: Nhưng công việc tình nguyện viên cũng vất vả lắm đấy nhé.
但是志愿者工作也很辛苦的。

A: Vất vả một tí không sao, nhưng bù lại được vào trong hội chợ làm phiên dịch tiếng Việt, được rèn luyện thực tế khả năng tiếng Việt của chúng ta, cũng xứng đáng đấy chứ!
辛苦一点没关系，只要能够进入展览会做越语翻译，能够实际锻炼咱们的越语能力，也就值了。

B: Được thôi, mày điền vào tờ giấy đăng ký này đi.
好啊，你填一下这张报名表吧。

Tình huống 2　Trong hội chợ triển lãm
情景2　在展览会上

A: Hello! I am Vietnamese!　哈喽！我是越南人。

B: Chào anh ạ!　你好！

A: Ôi! Em biết nói tiếng Việt hả?　哇，你会说越南语呀？

B: Vâng, em đang là sinh viên chuyên ngành tiếng Việt, bây giờ đang làm tình nguyện viên ở đây ạ.
是的，我是越南语专业的学生，现在在这里做志愿者的。

A: Ôi, may quá. Anh cứ tưởng sang bên này sẽ không tìm được người biết tiếng Việt, phải sử dụng tiếng Anh giao tiếp cơ. Tiếng Anh của anh vẫn còn tồi lắm.
噢，太幸运了。我还以为来到这边没办法找到懂越南语的人，要使用英语交流呢。我的英语还好差劲的。

第十三课　会展

B: Bên này cũng nhiều người học tiếng Việt lắm anh ạ. Đây lại là hội chợ triển lãm Trung Quốc-ASEAN, nên ban tổ chức thường bố trí các tình nguyện viên biết các thứ tiếng Đông Nam Á, để đón tiếp khách hàng đến từ các nước Đông Nam Á ạ.
这边也有很多人学习越南语的。这又是中国—东盟博览会，组委会一般都要安排会东南亚语言的志愿者，以接待来自东南亚各国的客商。

A: Vậy hả, ban tổ chức chu đáo quá! 这样啊，组委会真是太周到了。

B: Anh muốn tìm cái gì ạ? 你需要找什么呢？

A: Anh là thương gia Việt Nam, sang bên này tham gia hội chợ để tìm một số mặt hàng đồ điện gia dụng cỡ nhỏ, mới và có kỹ thuật cao của Trung Quốc. Hội chợ triển lãm này lớn quá, có quá nhiều khu, quá nhiều cửa, lại mấy tầng liền, anh hầu như không biết nên đi về phía nào.
我是越南商人，过来参加展览会主要是想找中国新出的、有高技术含量的小型家用电器。这个展览会太大了，有太多区太多间，又有好几层，我几乎不知道该往哪里走。

B: Vậy anh nên đi về khu B phía bên tay trái kia ạ. Bên đó là các gian hàng của Trung Quốc.
那你应该去左手边的B区，那边是中国的展区。

A: Vậy à! Thế gian hàng của Việt Nam ở đâu em có biết không?
这样啊。那越南的展区在哪里你知道吗？

B: Gian hàng của Việt Nam nằm ngay bên cạnh các gian hàng của Trung Quốc đó anh ạ. Anh cứ tính thế này nhé: Các gian hàng được sắp xếp theo chữ cái đứng đầu của tên gọi các nước, ví dụ, anh nhìn kia kìa, kia là gian hàng của Brunei, tiếp theo là Campuchia ... cuối cùng là Thái Lan rồi đến Việt Nam.
越南展厅就在中国展区的旁边。你就这么看：各国的展厅是按照各国名称第一个字母的顺序排列，比如，你看那边，那是文莱的展厅，接着是柬埔寨展厅……最后是泰国展厅到越南展厅。

A: Ồ, vậy thì anh hiểu rồi. Thế gian hàng của Myanmar sẽ nằm ở giữa phải không? Anh nghe nói ngọc Myanmar rất đẹp, nên anh cũng muốn qua đó xem, nếu vừa thì anh sẽ mua một số đồ trang trí bằng ngọc về tặng cho vợ anh.
哦，这样我就明白了。那马来西亚的展厅就位于中间是吧？我听说缅甸玉很漂亮，我也想去看看，合适的话就买一些玉制的饰品回去送给我老婆。

B: Vâng, đúng rồi ạ. Gian hàng của Myanmar ở giữa, bên cạnh gian hàng Malaysia đó anh.
嗯，对的。缅甸展厅在中间，就在马来西亚展厅旁边。

A: Ồ, cảm ơn em nhiều nhé! 好的，多谢你哦。

B: Dạ, không có gì ạ! 不用谢。

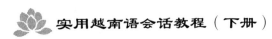

TỪ MỚI 生词

1	hội chợ 博览会，展览会		22	cho phép 允许
2	triển lãm 展览		23	chuyên môn 专门
3	đăng ký 登记，报名		24	cấp 颁发
4	giao 交，交付		25	thẻ ra vào 出入证，进出卡
5	thông báo 通告，通知		26	mua sắm 购物，采购
6	phổ biến 普及，宣传		27	ban tổ chức 组委会
7	tình nguyện 志愿，自愿		28	tiếp xúc 接触，交流
8	thượng đỉnh 顶峰的，最高级的		29	trực tiếp 直接
9	phối hợp 配合		30	khả năng 能力
10	mặt bằng 平台		31	bù lại 偿还，补偿
11	phát huy 发挥，发扬		32	rèn luyện thực tế 实际锻炼，实践
12	ưu thế 优势		33	xứng đáng 相称；值得
13	địa lý 地理		34	giao tiếp 交流，交际
14	trưng bày 展出，展示		35	bố trí 布置，安排
15	địa phương 地方		36	đón tiếp 接待
16	vĩnh cửu 永久的，永久性的		37	mặt hàng 商品，货物
17	trung tuần 中旬		38	sắp xếp 安排；排列
18	thành công 成功		39	chữ cái 字母
19	ki-ốt 专柜，展台		40	tên gọi 称呼，名称
20	diễn ra（动词）活动，持续		41	ngọc 玉，玉器
21	kéo dài 延长；延续，持续		42	đồ trang trí 装饰品，饰品

II. Ghi chú ngữ pháp 语法注释

1. 关于"chả...là gì"等以反问句的形式来表示肯定语气的用法。

越南语当中也常常用反问句的形式来表示肯定的语气，主要包括以下几种类型：

(1) 主语 +chả+ 动补 +là gì，表示"不是……吗？不是……了吗？"，如：

-Tao *chả* vừa nói với mày *là gì*? 刚才我不是跟你说了吗？

第十三课 会展

-Em *chả* đã nói với anh em không yêu anh nữa *là gì*? Sao anh cứ đến tìm em mãi làm gì thế? 我不是跟你说过我不再爱你了吗？为什么你还总是来找我？

(2) 主语 +chẳng đã+ 动补 +là gì, 表示"不是已经……了吗？不是曾经……吗？"，如：

-Bố *chẳng đã* nói với con rằng làm người phải thật thà *là gì*? Sao giờ lại nói dối ạ? 爸爸不是对我说过做人要诚实吗？为什么现在又要撒谎呢？

-Anh *chẳng đã* từng đi Bắc Kinh *là gì*? 你不是去过北京吗？

(3) 陈述句 +chứ gì/còn gì, 表示"不是……吗？不是……了吗？"这类句型有时候可以不用问号，但它仍然属于以反问句式表示肯定语气的情况。如：

-Cô giáo đưa cho tao tờ thông báo đăng ký tham gia tình nguyện viên *còn gì*.
老师不是刚刚给了我一份关于报名参加志愿者的通知吗？

-Bố con đã cho con sinh hoạt phí tháng này *chứ gì*? Sao lại còn đòi tiếp?
你爸爸不是已经给你这个月的生活费了吗？为什么还要呢？

2. 补充一些关联词结构的用法。

我们常见的一些关联词结构还有：

(1) giá … thì đã … 相当于"假如……就已经……"，如：

-*Giá* tôi biết trước ngày mai được nghỉ *thì* tôi đã về nhà rồi.
如果我早知道明天休息的话，我早就回家了。

(2) giá … thì … 相当于"假如……就……"，如：

-*Giá* tôi có tiền *thì* tôi đi mua một cái máy tính xách tay.
假如我有钱的话，我就去买一台笔记本电脑。

-*Giá* tôi biết sớm *thì* tôi đã đăng ký tham gia rồi.
早知道的话我就已经报名参加了。

(3) chỉ cần…thì (sẽ)… 相当于"只要……就……"，如：

-Cậu *chỉ cần* làm theo tớ nói *thì* sẽ thành công.
你只要按照我说的做，就能够成功。

-*Chỉ cần* con kiên trì cố gắng học tập *thì* nhất định sẽ thi đỗ đại học.
只要你坚持努力学习就一定能够考上大学。

(4) (chỉ)có… mới… 相当于"只有……才……"，如：

-Em *chỉ có* chịu khó học tập hơn *mới* theo kịp được người khác.
你只有更加刻苦学习，才能跟得上别人。

-Chúng ta *có* sát quần chúng, *mới* hiểu rõ được khó khăn thật sự của quần chúng.
我们只有贴近群众才能明白群众的真正困难。

141

(5) chưa ...đã... 相当于"还没有……就已经……"，如：

-Anh ta *chưa* tìm hiểu rõ tình hình *đã* làm ngay, hỏng việc là phải thôi.

他还没弄清楚状况就马上干了，事情搞砸了也是正常的 / 也没什么奇怪的。

-Tôi *chưa* nói hết thì nó *đã* chạy đi mất rồi.

我还没说完他就已经跑掉了。

(6) mới... đã... 相当于"才……就已经……"，如：

-Cái đồng hồ này là hàng rởm, *mới* dùng được mấy tháng *đã* hỏng rồi.

这块手表是假货，才用几个月就坏了。

-Chắc là tôi mua phải máy tính cũ rồi, *chưa* dùng được mấy ngày *đã* bị chết mấy lần rồi. 看来我买到旧电脑了，还没用几天就已经死机几次了。

(7) không ...thì không.... 相当于"不……就不……"，如：

-*Không* điều tra thực tế *thì* không có quyền nói. 没有实际调查就没有发言权。

-Nếu *không* phải anh ấy đích thân nói với tôi thì tôi sẽ *không* tin đâu.

如果不是他亲口对我说，我是不会相信的。

(8) không ... thì ... 相当于"不……的话就…"，如：

- Anh *không* đi ngay *thì* sẽ sai hẹn đấy. 你不马上去的话就要失约了。

-Anh *không* đến *thì* chúng ta chia tay. 你不来的话咱们就分手！

(9) dầu (dù)...cũng... 相当于"尽管……仍然……、不管 / 无论……都……"，如：

-*Dầu (dù)* có tan xương nát thịt *cũng* không sợ. 就算粉身碎骨也不怕。

-*Dù* chúng tôi nói thế nào anh ta *cũng* không chịu nghe.

不管我们怎么说，他都不肯听。

(10) tuy... vẫn... 相当于"虽然 / 尽管 / 就算……仍然……"，如：

-*Tuy* gặp nhiều khó khăn anh ta *vẫn* kiên trì đến cùng.

尽管遇到很多困难，他仍然坚持到最后。

-*Tuy* anh không nói em *vẫn* biết là anh làm việc này.

就算你不说，我也知道是你干的这件事。

(11) đã...lại... 相当于"都已经……还……"，如：

- Nó *đã* học dốt *lại* còn lười biếng nữa. 他都已经学得很差了，还那么懒。

-Con *đã* béo thế này sao *lại* còn ăn nhiều thế?

你都那么胖了，为什么还吃那么多呢？

(12) đã...thì... 相当于"既然……就……"，如：

-*Đã* làm lớp trưởng rồi *thì* phải chịu trách nhiệm chứ.

既然做了班长，就要负责任啊。

-*Đã* quyết định rồi *thì* bắt tay làm đi. 既然决定了就开始着手干吧。

(13) thà... chứ không/ cũng không... 相当于"宁可/宁愿……也不……",如:
- Cuối tuần, ở trên phố đông người quá, tôi *thà* ngủ ở nhà *chứ không* đi phố chơi.
  周末,街上人太多了,我宁愿在家睡觉也不愿上街玩。
- Ông ta *thà* chết *cũng không* khuất phục, *không* làm tay sai cho kẻ thù.
  他宁死也不屈服,不做敌人的走狗。

(14) song song với... = bên cạnh...cùng với..., 相当于"在……的同时……",如:
- *Cùng với* việc ra sức học tập, chị ấy *còn* tham gia nhiều hoạt động khác.
  在抓紧学习的同时,她还参加许多其他的活动。
- *Bên cạnh* việc phát triển công nghiệp, chúng ta *còn* phải chú ý giữ gìn môi trường chung. 在发展工业的同时,我们还要注意保护公共环境。
- *Song song với* việc phát triển kinh tế, chúng ta *còn* phải chú trọng nâng cao trình độ dân trí của nhân dân mới được.
  在发展经济的同时,我们还得注重提高人民的素质水平才行。

III. Kiến thức mở rộng　扩充知识

越南语中的外来词

外来词,也称外来语借词,是指本民族语言当中从外国或其他民族语言里吸收进来的词语。越南语也从多种外来语中吸收或借用了不少相关词汇,包括汉语、英语、法语、俄罗斯语、日本语以及壮语、泰语、孟高棉语等语言。其中,汉语借词最多,其次是法语借词和英语借词。在此主要介绍越南语的这三种外来词。

1. 汉语借词

由于越南在远古时代长期处于中国封建王朝的藩属和管辖之下,因此,中国的语言与文化都对越南语的发展产生了深远的影响。越南经历了1000多年的中国封建朝代郡县时期,900多年的中国封建朝代藩属时期,因此越南语和汉语之间有着长期的密切联系。在长期接触的过程中,汉语对越南语产生了深刻的影响,这个影响明显地表现在以下两个方面:

(1) 越南语中存在着大量的汉语借词。

大量的汉语词传入越南,被越南语所吸收和借用,直至今日,现代越南语中仍存在着大量的汉语借词。多数人认为,在越语词汇系统中,汉语借词约占70%。这些汉语借词在越南语的大部分词类都有,如:

① 名词: Trung Quốc, Việt Nam, Hà Nội, công nhân, nông dân, công an, ngư dân, đại học, giáo viên, mì chính, xì dầu, nam tây, bắc, xuân, hạ, thu, đông...

② 动词: học tập, tiếp tục, phát huy, tán thành...

③ 形容词: cao, trọng, đại điên, cuồng...

④ 数词：bách, thiên, vạn, triệu, các, toàn thể, toàn bộ, nhất, nhị, tam, tứ...

⑤ 代词：y, ông, bà, cô, dì, cậu...

⑥ 副词：vô cùng, càng, tất nhiên, nhất định...

⑦ 关联词：do, tại, như, vì, hoặc, tuy, sở dĩ…

⑧ 叹词：hoan hô, tội nghiệp, khốn khổ, khốn nạn, khổ...

可见，汉语借词在越南语各种词类中的分布之广，其中以名词类的汉越词为最多。

(2) 汉语与越语音节之间存在着规律的"汉字—汉越音"对应现象。

由于中国语言文化长期深刻地影响着越南语的发展，使得汉语和越语之间存在着规律的"汉字—汉越音"对应现象，即几乎所有的汉字都有与其相对应的汉越音，如：爱—ái, 恨—hận, 情—tình, 外交—ngoại giao, 国际—quốc tế, 社会—xã hội, 文化—văn hóa, 外国—ngoại quốc, 人、仁—nhân, 民—dân 等等。有的汉语多音字也还有相应的多个汉越音，如：Hảo hán（好汉）—Hiếu khách（好客）、trọng đại（重大）—trùng hợp（重合）、tương xứng（相称）—xưng hô（称呼）等等。

2. 法语借词

历史上，越南曾沦为法国的殖民地。当时，法国殖民者为加强对越南的殖民统治和殖民管理，在越南强制推行法语教学，强制将法语作为越南官方语言使用。因此，现代越南语也从法语借用了不少的词汇，这些法语借词大部分是科技、机械、医药、化学、武器等方面的词汇，也有部分日常生活方面的词汇。如：

bombe→bom（炸弹）　　　　carabine→các bin（卡宾枪）

garder→gác（警卫、保卫）　　blockhaus→lô cốt（碉堡）

poupée→búp bê（洋娃娃）　　caisse→két（保险箱）

cravate→ca vát（领带）　　　accumlateur→ắc quy（蓄电池）

savon→xà phòng（肥皂）　　 fiche→phích（暖瓶）

pourboire→boa/bo（小费）　　bú→buýt（公共汽车）

resort→lò xo（弹簧）　　　　 film→phim（电影）

coupe→cúp（杯）　　　　　　allo→alô（打电话、打招呼用的"喂"）

从语音方面看，法语借词进入越南语之后，都要按照越南语的语音规律发生变化。其变化形式主要有两种：

（1）近似音：借词读音与法语原词的读音差不多，虽然借词按照越南语音节形式发音，但是声调一般都是平声调。如 guidon→ghi đông（枪炮准星、自行车把手），rayon→ray ông（射线、半径）。

（2）越化音：借词读音与原来的法语词读音相差比较大，借词不但按照越南语音节形式发音，而且按照越南语语音规律增加了声调，减少了一些音素的读音。如：

+ 增加声调：coupe→cốc（杯子），cafe→cà-phê（咖啡），caucisse→xúc xích（灌肠），formage→pho mát（奶酪、干酪），poste→bốt（岗哨），savon→xà phòng（肥皂）

+ 简化音节：chenise→sơ mi（衬衫），cravate→ca-vát, cà-vạt（领带），beure→bơ（奶油），gare→ga（车站），creme→kem（冰激凌）

+ 有规律地简化复辅音：

    bl, pl, gi-l：bleu→lơ（副司机），planton→loong toong（勤杂人员）

    gr-g：gramme→gam（克）

    cr-k：cric→kíc（千斤顶）

    p-b：poupée→búp bê（洋娃娃）

3. 英语借词

由于英语的国际通用性以及越南革新开放的不断推进，越南语中的英语借词也不少，而且呈不断增长的态势。这些英语借词遍及生产生活的各个方面，不过，在当前，以英语为主的新词多集中在科技类、互联网、组织名称等专业性较强的词语，且借用了大量的缩略语。

英语借词进入越南语之后，读音也要按照越南语的语音规律发生变化，如英语中的"o"一般读成越南语中的"ô"，英语的送气音"t"读成越南语的不送气的"t"，英语中不送气的"d"读成越南语中不送气音"đ"，"l"在元音之后一般读"n"等。如：

doctor→đốc tờ（医生、博士）	computer→com-pu-tơ（电脑）
marketing→ma-két-ting（市场营销）	internet→in-tơ-nét（因特网）
hotel→ô-ten（宾馆）	virus→vi-rút（病毒）
nylon→ni-lông（尼龙）	blog→blốc（博客）
chocolate→sô-cô-la（巧克力）	clip→clíp（视频短片）
taxi→tắc-xi（出租车、的士）	chat→chát（聊天）
tour→tua（旅游）	album→an-bom（影集，相册）
meeting→mít-ting（集会）	fax→phác（传真）

借自英语的缩略词如：

缩略词	英文全称	越南语全称及缩略词读音	汉语
ASEAN	Association of Southeast Asian Nations	Hội các nước Đông Nam Á (a xê an)	东南亚国家联盟（东盟）
AFTA	ASEAN Free Trade Area	Khu thương mại tự do ASEAN (a ép tê a)	东盟自由贸易区
ADB	Aisan Development Bank	Ngân hàng phát triển châu Á (a đê bê)	亚洲开发银行
APEC	Asia-Pacific Economic Cooperation	Hợp tác kinh tế châu Á – Thái Bình Dương (a péc)	亚太经济合作组织
OPEC	Organization of Petroleum Exporting Countries	Tổ chức các nước A-rập xuất khẩu dầu mỏ (ô péc)	石油输出国组织
WTO	World Trade Organization	Tổ chức thương mại thế giới (vê kép tê ô)	世界贸易组织
EU	European Union	Liên minh châu Âu (ê u)	欧洲联盟（欧盟）
EEC	European Economic Community	Cộng đồng kinh tế châu Âu (ê ê sê)	欧洲经济共同体
IMF	International Monetary Fund	Quỹ tiền tệ quốc tế (i em ép)	国际货币基金组织
ICAO	International committee of the Red Cross	Hội chữ thập đỏ quốc tế (I sê a ô)	国际红十字会
GATT	General Agreement on Tariffs and Trade	Hiệp định chung về thuế quan và mậu dịch (giê a tê tê)	关税及贸易总协定
UN(ONU)	United Nations	Liên hợp quốc (LHQ)	联合国
UNESCO	United Nations Educational, Scientific and Cultural Organization	Tổ chức LHQ về giáo dục, khoa học và văn hóa (u ê xơ cô)	联合国教科文组织
FAO	Food and Agriculture Organization of the United Nations	Tổ chức lương thực và nông nghiệp LHQ (phao / pha ô)	联合国粮食及农业组织
kg	Kilogram	ki-lô, cân, ký	千克，公斤
cm	centimeter	cen-ti-mét, phân	厘米
Ml	Milliliter	mi-li-lít	毫升
T	Ton	tấn	吨

（注：此部分内容摘自谭志词、徐方宇、林丽编著的《基础越南语 3》p.65—p.67，有改动。）

第十三课 会展

> **IV. Bài tập** 练习

1. 请根据实际情况回答以下问题，同时进行口头对话练习。

   (1) Ở thành phố em thường niên có những hội chợ triển lãm gì và ở đâu?
   _____
   _____

   (2) Em có hay đi tham gia hội chợ triển lãm không? Tại sao?
   _____
   _____

   (3) Em thích nhất là tham gia hội chợ triển lãm nào? Tại sao?
   _____
   _____

   (4) Nếu bạn Việt Nam của em muốn đi tham gia hội chợ triển lãm ở đây, em sẽ giới thiệu bạn ấy đi tham gia hội chợ triển lãm nào? Tại sao?
   _____
   _____
   _____

   (5) Em thấy đi tham gia hoặc dạo chơi hội chợ triển lãm có những thu hoạch gì?
   _____
   _____

   (6) Ở thành phố em, hội chợ triển lãm nào đông vui nhất hoặc có quy mô lớn nhất? Tại sao?
   _____
   _____

   (7) Ở thành phố em, đi tham gia các hội chợ triển lãm giao thông có tiện lợi không? Mời em hãy giới thiệu kỹ.
   _____
   _____

   (8) Em đã làm tình nguyện viên ở hội chợ triển lãm lần nào chưa? Em thấy thế nào?
   _____
   _____
   _____

2. 请参照语法注释部分，用以下关联词组造句。

(1) chả...là gì _____

(2) chẳng đã...là gì _____

(3) ...chứ gì _____

(4) ...còn gì _____

(5) giá … thì đã … _____

(6) giá … thì … _____

(7) chỉ cần...thì (sẽ)… _____

(8) (chỉ)có… mới… _____

(9) chưa …đã… _____

(10) mới… đã… _____

(11) không …thì không… _____

(12) không … thì … _____

(13) dầu (dù)…cũng… _____

(14) tuy… vẫn… _____

(15) đã…lại… _____

(16) đã…thì… _____

(17) thà… chứ không… _____

(18) thà… cũng không…_____
_____

(19) song song với…_____
_____

(20) bên cạnh…_____
_____

(21) cùng với…_____
_____

BÀI 14   ĐẦU TƯ – HỢP TÁC – ĐÀM PHÁN
第十四课   投资－合作－谈判

I. Hội thoại   会话

Tình huống 1   Phỏng vấn một nhà doanh nghiệp Trung Quốc đang đầu tư ở Việt Nam

情景1   访问一位在越南投资的中国企业家

A: Chào ông. Rất hân hạnh được phỏng vấn ông tại đây. Xin phép được hỏi ông kinh doanh gì ở đây ạ?

您好。很高兴能够在这里访问您。请问您在这里经营什么行业呢?

B: Tôi có mở một nhà máy nhỏ để làm giầy da ở đây.

我在这里开了一家工厂,制作皮鞋。

A: Thế ông kinh doanh ở đây bao lâu rồi? Công việc tiến triển có thuận lợi không ạ?

那您在这里经营有多久了呢？工作进展顺利吗？

B: Tôi kinh doanh ở đây được 5 năm rồi. Lúc đầu tôi cũng gặp nhiều khó khăn, nhất là về việc xin giấy phép đầu tư, phải chờ rất lâu mới được. Nhưng bây giờ thì mọi việc ổn cả rồi.

我在这里经营已经有 5 年了。开始的时候也遇到很多困难,尤其是在申请投资许可证方面,要等很久才能拿到。但现在一切都办妥了。

A: Ông nhận xét thế nào về thị trường Việt Nam và việc đầu tư ở Việt Nam?

对于越南市场和在越南投资您有何看法呢?

B: Nhìn chung, Việt Nam vì phát triển hơi muộn, nhiều mặt chưa được phát triển lắm, nên thị trường Việt Nam vẫn là một thị trường mới và có tiềm năng to lớn, có sức cuốn hút lớn đối với các nhà đầu tư nước ngoài. Chính phủ Việt Nam cũng có rất nhiều chính sách ưu đãi hấp dẫn để thu hút vốn đầu tư và kỹ thuật tiên tiến nước ngoài. Ngoài ra, Việt Nam có nguồn tài nguyên phong phú và nguồn lao động dồi dào, đó cũng là điểm mạnh và điều kiện thuận lợi của Việt Nam.

总的看来,越南由于起步较晚,在许多方面还有待发展,所以越南市场还算是一个具有巨大潜力的新兴市场,对外国投资者有着很大的吸引力。越南政府

第十四课 投资－合作－谈判

也有很多吸引人的优惠政策以引进外国资金和先进技术。此外，越南还有着丰富的资源和大量的劳动力，这也是越南的优势和有利条件。

A: Còn về mặt hạn chế thì sao ạ? Không lợi của mặt nào có những nhỉ?

B: Về mặt hạn chế thì còn tồn tại những vấn đề như: cơ sở hạ tầng quá tồi; Thời gian thẩm định các dự án quá dài; Còn buôn lậu và tham nhũng cũng là vấn đề ảnh hưởng lớn đến việc đầu tư kinh doanh ở đây.

不利的方面有以下几点，如：基础设施太差，证件审批时间过长，而且走私和贪污问题也对在这里的投资经营影响较大。

A: Vâng, xin cảm ơn những lời nói thẳng thắn của ông. Về những vấn đề này chúng tôi tin rằng chính phủ Việt Nam sẽ coi trọng và cố gắng giải quyết. Xin cảm ơn ông, và xin chúc ông làm ăn phát đạt, mọi việc thuận lợi!

好的，谢谢您的直言。关于这些问题我们相信越南政府将会重视并努力解决的。谢谢您，并祝您生意兴隆，一切顺利！

B: Vâng, xin cảm ơn. 好的，谢谢。

Tình huống 2   Đàm phán về đầu tư và hợp tác
情景 2   关于投资与合作的谈判

A: Trước hết, chúng tôi rất hân hạnh được đón tiếp các ông ở đây. Và chúng tôi rất hoan nghênh các ông đến đây đầu tư xây dựng nhà máy. Chúng tôi sẽ cung cấp cho các ông những điều kiện ưu đãi nhất và thuận lợi nhất theo chính sách nhà nước.

首先，我们很荣幸能够在这里接待你们。我们非常欢迎你们来到这里投资建厂。我们将会按照国家政策给你们提供最优惠和最便利的条件。

B: Rất cảm ơn sự đón tiếp nhiệt tình và chu đáo của các ông. Chúng tôi cũng mong muốn sự hợp tác giữa hai bên chúng ta được thuận lợi và giành được thành công tốt đẹp. Bây giờ, xin cho phép tôi giới thiệu qua công ty trong nước của chúng tôi. Công ty chúng tôi được thành lập vào năm 2002, đến nay đã được 15 năm rồi. Nghiệp vụ chính của công ty chúng tôi là chế biến các loại rau quả thành đồ hộp và nước uống, không những tiêu thụ trong nước mà còn xuất khẩu ra nước ngoài. Tổng kim ngạch kinh doanh mỗi năm của chúng tôi là 10 triệu đô-la Mỹ trở lên. Sản phẩm của chúng tôi có tiếng trong và ngoài nước. Chúng tôi thấy ở Việt Nam nông sản nhiều và rẻ, nguồn lao động cũng tương đối rẻ, cho nên chúng tôi muốn mở rộng nghiệp vụ ở đây. Mong được sự ủng hộ và giúp đỡ của các ông.

很感谢你们热情而周到的接待。我们也很希望我们之间的合作能够顺利并取得圆满成功。现在请允许我大概介绍一下我们在国内的公司。我们公司成立于

151

1992年，到现在已经有15年了。我们公司的主要经营业务是把各种果蔬加工成罐头和饮料，不仅在国内消费，还出口到国外。我们看到越南农产品丰富而廉价，劳动力成本也相对较低，所以我们想在这里拓展业务，希望得到各位的支持和帮助。

A: Vâng. Bây giờ mời các ông nêu ra những yêu cầu và điều kiện cơ bản mà các ông có thể chấp nhận được.

好的。现在请你们提出你们能够接受的最基本的要求和条件。

B: Chúng tôi muốn xây một nhà máy chế biến các loại rau quả ở đây, tổng kim ngạch đầu tư của nhà máy khoảng 100 nghìn đô-la Mỹ. Công ty chúng tôi sẽ đầu tư 100% và cung cấp tất cả các kỹ thuật và thiết bị chủ yếu, còn các ông chỉ cần cung cấp đất đai và làm các thủ tục cần thiết ở đây, đồng thời giúp đỡ khai thác thị trường Việt Nam. Công ty chúng tôi chiếm 60% cổ phần, còn các ông chiếm 40%. Thời hạn hợp đồng của chúng ta ấn định là 30 năm. Hết thời hạn hợp đồng thì quyền sở hữu tài sản của nhà máy sẽ thuộc về bên các ông. Các ông thấy những điều kiện này các ông có thể chấp nhận được không?

我们想在这里建一座农产品加工工厂，总投资额大概10万美金。我们公司全额投资并提供所有技术和主要设备，而你们只需要提供土地和办理各种必要手续，同时帮助开拓越南市场。我们公司占60%份额，你们可以占40%份额。我们的合同期限为15年。合同期限满，该厂的资产所有权归你方。你们认为这些条件你们可以接受吗?

A: Những điều kiện mà các ông nêu ra trên cơ bản là chúng tôi chấp nhận được. Nhưng chúng tôi vẫn phải về nghiên cứu riêng rồi mới trả lời chính thức được. Các ông cứ làm văn bản hợp đồng và chương trình làm việc đã. Có gì thay đổi chúng ta sẽ trao đổi sau.

你们提出的上述条件我们基本上可以接受。但我们也要回去研究了才能正式答复你们。你们可以先准备合同书和工作计划。有什么改变的话咱们以后再磋商。

B: Chúng tôi đã làm xong rồi, có gì thay đổi chỉ cần sửa lại là được. Còn đây là bản báo cáo nghiên cứu tính khả thi. Các ông mang về nghiên cứu. Bao giờ nghiên cứu xong thì báo cho chúng tôi để họp lại nhé.

这些我们都已经做好了，有什么改变的话只需要改过来就可以了。这是可行性研究报告，你们带回去研究。什么时候研究好了再通知我们开会。

A: Vâng. Các ông thật nhanh nhẹn quá, cái gì cũng chuẩn bị sẵn rồi. Rồi, chúng ta hãy nâng cốc, cạn ly vì sự hợp tác của chúng ta!

第十四课　投资－合作－谈判

好的。你们真是高效率，什么都准备好了。好，现在让我们举起酒杯，为我们之间的合作干杯！

B: Cạn ly. Mong rằng chúng ta hợp tác thuận lợi!　干杯！希望我们合作顺利！

TỪ MỚI 生词

1	phỏng vấn 访问、采访	24	tồi 差，落后
2	nhà doanh nghiệp 企业家	25	thẩm định 审定，审核
3	đầu tư 投资	26	buôn lậu 走私
4	xin phép 请允许；请假	27	tham nhũng 贪污，腐败
5	giày da 皮鞋	28	thẳng thắn 直率
6	thuận lợi 顺利，便利	29	coi trọng 重视
7	giấy phép kinh doanh 经营许可证	30	đàm phán 谈判
8	ổn 稳妥	31	hợp tác 合作
9	nhận xét 看法、评价	32	đón tiếp 接待
10	nhìn chung 总的看来	33	nghiệp vụ 业务
11	tiềm năng 潜力	34	chế biến 加工
12	to lớn 巨大	35	rau quả 果蔬
13	sức cuốn hút 吸引力	36	đồ hộp 罐头
14	chính sách ưu đãi 优惠政策	37	nước uống 饮料
15	vốn đầu tư 资金，资本	38	tiêu thụ 销售
16	kỹ thuật tiên tiến 先进技术	39	tổng kim ngạch 总金额
17	nguồn lao động 劳动力资源	40	trở lên 以上
18	điểm mạnh 优势	41	nông sản 农产品
19	điều kiện thuận lợi 便利条件，有利条件	42	ủng hộ 拥护，支持
20	cơ bản 基本	43	nêu ra 提出
21	hạn chế 限制	44	yêu cầu 要求
22	tồn tại 存在	45	chấp nhận 接受，承认
23	cơ sở hạ tầng 基础设施	46	đất đai 土地

47	khai thác 开拓，开发	57	chương trình 章程，计划
48	cổ phần 股份	58	thay đổi 变、改变
49	ấn định 预定，计划	59	trao đổi 交流，交换意见
50	hết thời hạn hợp đồng 合同期满	60	sửa lại 改正，纠正
51	quyền sở hữu 所有权	61	báo cáo nghiên cứu 研究报告
52	tài sản 财产	62	tính khả thi 可行性
53	trên cơ bản 基本上	63	nhanh nhẹn 麻利，利索
54	nghiên cứu 研究	64	nâng cốc 举杯
55	riêng 单独，私下	65	cạn chén 干杯
56	văn bản 文本	66	thuận lợi 顺利

II. Ghi chú ngữ pháp   语法注释

1. phỏng vấn, tư vấn, phóng viên, nhà báo 的区别用法。

(1) phỏng vấn 是"访问"的音，却是"采访"的意思，如：

-Chào ông. Rất hân hạnh được *phỏng vấn* ông tại đây. 您好。很高兴能够在这里采访您。

-Tôi còn phải xuống miền Nam *phỏng vấn* sự kiện đó.
我还得去南部采访那个事件。

+ 去访问、拜访、探访某人用 thăm, hỏi thăm. 如：

-Thưa thầy, mẹ em bị ốm rồi, em muốn xin phép nghỉ hai ngày để về nhà *thăm* mẹ ạ.
老师，我母亲生病了，我想请假两天回家看望我母亲。

-Xin cho tớ gửi lời *hỏi thăm* bố mẹ cậu nhé. 请代我向你父母问好。

+ 如果是国家领导人到某国、某地去访问，常常要用 thăm và làm việc，表示政治上的正式访问，如：

-Năm đó là năm 2008, thủ tướng Ôn Gia Bảo đến *thăm và làm việc* tại vùng bị nạn động đất Tứ Xuyên.

那一年是 2008 年，温家宝总理来到四川地震灾区慰问灾民。

(2) tư vấn 是"咨询"的意思，一般指向别人提供咨询，如：

-Về vấn đề đầu tư nước ngoài tại Việt Nam, tôi có thể *tư vấn* cho ông rất tỉ mỉ.
关于在越南的外国投资问题，我可以给你提供很详细的咨询。

+ 如果想表达向别人咨询情况，一般用 hỏi 或 tìm hiểu。如：

第十四课 投资－合作－谈判

-Tôi muốn *hỏi* anh mấy vấn đề được không? 我想向你咨询几个问题可以吗?

-Về chuyện này, tôi muốn *tìm hiểu* với anh mấy điều được không?

关于这件事情，我想向你了解几点可以吗?

(3) *phóng viên* 是"记者、采访员"的意思，如:

-Tôi là *phóng viên* báo *"Hà Nội Mới"*. 我是《新河内》报的记者。

(4) 而 *nhà báo* 则是报刊、电台的工作人员的统称，常常也可以译作"记者"，如:

-Tôi là *nhà báo* đến từ Mỹ. Tôi muốn hỏi ông mấy vấn đề như sau…

我是来自美国的记者。我想请问您以下几个问题……

2. nhìn chung, nói chung, riêng, nói riêng 的区别用法。

(1) nhìn chung 是指"从总的来看、总的看来"，nói chung 也指"总的来说、总之"，二者意思差不多，经常可以通用，如:

-*Nhìn chung / nói chung*, thị trường Việt Nam vẫn là một thị trường mới và có tiềm năng to lớn.

总的来看／总的说来，越南市场还算是一个具有巨大潜力的新兴市场。

-*Nhìn chung* mà nói, các anh ấy đã chuẩn bị khá chu đáo trong cuộc đàm phán này.

总的来说，他们为这次谈判作了相当周全的准备。

-*Nói chung*, chị ấy học khá giỏi. 总之，她学习相当不错。

(2) riêng 有"自己的、私人的、个别的"意思，如: nhà riêng 私宅，vệ sĩ riêng 私人保镖.

-Anh ấy muốn tách ra làm *riêng*. 他想分出来单独干。

-*Riêng* tôi thì thế nào cũng được. 单就我来说怎么样都可以。

-Chỉ *riêng* một mình anh Hùng thi trượt mà thôi. 只有阿雄一个人考不及格。

-Đây là việc *riêng* của cá nhân em, anh mặc kệ em.

这是我个人的事情，你甭管我。

(3) 与 nói chung 相对的是 nói riêng "单就……来说"，二者常常同时出现，前后呼应，如:

-Cho dù đối với cả nước *nói chung* hay là đối với thành phố Hạ Long *nói riêng*, công trình này đều có ý nghĩa to lớn.

不管对于全国总的情况来说，还是单就下龙市来说，这个工程都具有十分重大的意义。

-Vinh dự này rất có ý nghĩa đối với cả lớp *nói chung* và đối với chị Hà *nói riêng*.

这个荣誉不管对于全班还是对阿霞个人而言都很有意义。

3. ổn, êm, chắc, bền 的区别用法。

ổn, êm, chắc, bền 有"稳妥、安稳、牢固、耐用"等相近的意思，它们的用法区别如下：

(1) ổn 是指事情的"顺利、稳妥"，如：

-Bây giờ thì mọi việc *ổn* cả rồi. 现在一切都稳妥了。

-Tất cả công việc đều *ổn* cả chưa? 所有工作都办妥了吗？

+ 词语 ổn định 则指形势、状态"稳定"，如：

-Chị ấy có công việc *ổn định*. 她有固定的工作。

-Thị trường hiện nay không được *ổn định* lắm. 现在的市场不太稳定。

(2) êm 可以指某物运行起来很平稳，不弹跳，如：Xe này đi rất êm. 这辆车跑起来很平稳。

+ 也可以指声音方面很柔和，如：Nhạc này êm lắm, tôi rất thích. 这首乐曲很柔和，我很喜欢。

+ 而词语 êm đềm 则指气氛很温馨，如：Trong phòng có bầu không khí êm đềm. 房间里有一种温馨的气氛。

(3) chắc 偏于指某物稳固、牢固，不松动，如：

-Cột này đóng *chắc* chưa? 这根柱子钉稳了没有？

-Giường này hình như không được *chắc* lắm. 这个床好像不太稳。

(4) bền 则偏于指某物质量好，耐用，如：

-Máy di động này *bền* lắm, dùng mấy năm không hỏng.

这个手机很耐用，用了几年都不坏。

4. sẵn 的用法。

(1) sẵn 是指"现成的、做好的"，如：áo sẵn 成衣。

-Các ông thật nhanh nhẹn quá, cái gì cũng chuẩn bị *sẵn* rồi.

你们真是麻利，什么都准备好了。

-Ở hiệu may chúng tôi, có bán quần áo may *sẵn*, cũng có thể đặt may.

在我们的裁缝店，有现成的衣服卖，也可以定做。

-Có *sẵn* cơm đây rồi, cháu ăn luôn ở đây đi.

饭都已经做好了，你顺便在这里吃吧。

(2) Sẵn 还可以表示"随时"的意思，如：sẵn lòng 随时乐意，sẵn sàng"随时准备着"。

-Anh *sẵn lòng* đi với em bất kể lúc nào. 我乐意随时陪你去。

-Anh ấy là một người *sẵn sàng* giúp đỡ người.

他是个乐于助人的人。（随时准备着帮助别人即"乐于助人"）

-Chúng tôi *sẵn sàng* hy sinh quên mình vì tổ quốc.

我们随时准备着为祖国忘我牺牲。

III. Kiến thức mở rộng　扩充知识

1. Quảng cáo tìm đối tác 招合作伙伴广告：

1) CẦN NGUỒN CUNG CẤP HÀNG HÓA

Cần tìm đối tác để cung cấp các loại hàng hóa cho siêu thị lớn tại Trung Tâm TM tỉnh Quảng Ngãi bao gồm: mỹ phẩm, thực phẩm, dược phẩm, đồ chơi trẻ em, đồ dùng gia đình, nước giải khát, kim khí điện máy .. .

Liên lạc: Công ty TNHH SX - XD - TM VIỆT TRUNG

VP TP.HCM: (08) 5590268 Fax: 8471430 - 0903 90 99 44

VP Quảng Ngãi: (055) 217339 Fax: 674860 - 0903 668 790

招供货商

招合作商以给在广义省商贸中心的大超市提供各种货物包括：化妆品、食品、药品、儿童玩具、饮料、五金电器等。

联系：越中生产—建设—商贸有限责任公司

胡志明市办事处：(08) 5590268 传真：8471430 - 0903 90 99 44

广义省办事处：(055) 217339 传真：674860 - 0903 668 790

2) NHÀ HÀNG CẦN HỢP TÁC

Nhà Hàng lớn, trên 300 chỗ, sân vườn, yên tĩnh, kín đáo, đẹp. Có chỗ để xe trong khuôn viên, đầy đủ trang thiết bị và dụng cụ phục vụ.

Cần hợp tác với nhóm bếp có kinh nghiệm, quản lý tốt định lượng bếp, bảo đảm **chất lượng** & trang trí món ăn cao cấp, chuyên hải sản, điểm tâm sáng, món ăn đặc sắc VN & Trung Quốc, chịu áp lực cao. LH: 093 419 7434

餐馆寻求合作

大型餐馆，300座以上，园林式、安静、独立、高档；内有停车场；齐全各种设备和服务用具。

现诚招有实践经验和管理经验的、能保证食物质量及美观的厨师团队，合作经营海鲜类、早餐点心类以及中越特色菜，无实力者免扰。联系：093 419 7434

2. Từ ngữ bổ sung 补充词汇：

bạn hàng 生意伙伴	đối tác 合作伙伴
thư ký 秘书	trợ lý 助理

giám đốc 经理、厂长	trưởng phòng đại diện 办事处主任
chủ tịch Hội đồng quản trị 董事长	danh thiếp 名片
hợp đồng kinh tế 经济合同	công chứng 公证
bình đẳng 平等	tự nguyện 自愿
công bằng 公平	công kai 公开
thỏa thuận 协商	hai bên cùng có lợi 互利
mẫu hợp đồng 合同样本	đúng thời hạn 按期
phụ kiện 附件	điều khoản chung 总则
cam kết 承诺	sửa đổi 修改
ký tên 签名	đóng dấu 盖章
con dấu 公章、印章	có hiệu lực 有效力
trị giá 价值	chi phí 费用
quyền lợi 权利	nghĩa vụ 义务
tranh chấp 争执、纠纷	trọng tài 仲裁
vi phạm 违反	bồi thường 赔偿
tổn thất kinh tế 经济损失	nguyên nhân bất khả kháng 不可抗力因素
biện pháp 办法	thương lượng giải quyết 协商解决
tòa án nhân dân 人民法院	kiện 告、卜告
khiếu nại 投诉	quan tòa/ thẩm án 法官
nguyên cáo/người đứng kiện 原告	bị cáo/ người bị kiện 被告
ủy quyền 委托、委权	ủy thác 委托
thẩm quyền 权限、职权	ban hành 颁布
căn cứ 根据	chế độ thưởng phạt 奖惩制度
thanh toán hợp đồng 清算合同	đình chỉ hợp đồng 终止合同
nhượng bộ 让步	chấp nhận 接受
hàng chạy 畅销货	hàng ế 滞销货
giá chào hang 报价	tiền nào của ấy 一分钱一分货

第十四课　投资－合作－谈判

C.I.F 到岸价	F.O.B 离岸价
L/C 信用证	D/P 付款交单
DAF 边境交货 T/T 电汇	EXW 工厂交货
FCA 交至承运人（……指定地点）	FAS 船边交货（……指定装运港）
FOB 船上交货（……指定装运港）	CFR 成本加运费（……指定目的港）
CIF 成本、保险加运费付至（……指定目的港）	CPT 运费付至（……指定目的港）
CIP 运费、保险费付至（……指定目的地）	DAF 边境交货（……指定目的地）
DES 目的港船上交货（……指定目的港）	DEQ 目的港码头交货（……指定目的港）
DDU 未完税交货（……指定目的地）	DDP 完税后交货（……指定目的地）
xuất nhập khẩu 进出口	giao hàng 交货
xuất siêu 顺差	nhập siêu 逆差
giá chào hàng 报价	hoàn giá 还价
đàm phán 谈判	đàm thoại 谈话、会话

IV. Bài tập　练习

1. 请根据实际情况回答以下问题，同时进行口头对话练习。

   (1) Em thấy Việt Nam có những lĩnh vực gì hoặc niềm năng gì đáng để hai bên Việt-Trung hợp tác?

   (2) Em thấy Việt Nam có nhữ ưu thế gì về mặt người Trung Quốc đầu tư ở Việt Nam?

   (3) Nếu em có 5000 đô để đầu tư ở Việt Nam, em sẽ làm gì ở Việt Nam? Tại sao?

(4) Nếu em có một tỷ VND để đầu tư ở Việt Nam, em sẽ làm gì ở Việt Nam? Tại sao?
_____
_____

(5) Nếu em có 1000 đô để nhập hàng Việt Nam sang Trung Quốc bán, em sẽ bán hàng gì? Tại sao?
_____
_____
_____

(6) Nếu em có 5000 đô để đầu tư ở Thành phố em, nhưng phải kinh doanh về mặt hàng Việt Nam, em sẽ kinh doanh cái gì và sẽ kinh doanh như thế nào? Tại sao?
_____
_____
_____

2. 请参照语法注释部分翻译以下句子，注意画线部分的越语表达法。
(1) 我想买一套越南红木沙发，你可以<u>给我提供一些咨询</u>吗？
_____
_____

(2) 我想就这件事<u>访问</u>你一下，你什么时候方便呢？
_____
_____

(3) 我每个月至少回去<u>看望</u>父母一次。
_____

(4) 春节的时候，我们都有习惯回乡下给爷爷奶奶拜年，<u>探访亲戚朋友</u>。
_____
_____

(5) 我是我们学校广播站(phòng phát thanh)的<u>记者</u>，我想就今天的这个比赛活动<u>采访你</u>一下可以吗？
_____
_____

(6) <u>总的来说</u>，他各方面表现都不错，是我们需要的人才。
_____
_____

第十四课　投资－合作－谈判

(7) 在这次考试中,只有阿雄一个人考了满分。

(8) 这个比赛不管对于国家来讲还是对于参赛选手个人来讲,都具有非常重要的意义。

(9) 这款车很平稳,噪声小,油耗也小,是诸多购车者的首选呢。

(10) 这张桌子好像不太稳,摇来摇去的。

(11) 这份工作很稳定,又有稳定的收入,你还有什么不满足呢?

(12) 这种拖鞋是越南橡胶鞋,很耐穿的,可以穿几年都不坏。

(13) 你要准备好现金,货到付款即可。

(14) 我已经做好了比赛的准备,随时可以上场。

(15) 你已经准备好了吗?十分钟后咱们就出发。

3. 江建新老板的公司最近生产了一种新型、小巧、环保的吸烟过滤器(đầu lọc hút thuốc),想在越南寻找代理商以打开市场,请你为他拟一个招合作伙伴的广告,以刊登在《买卖》报上。广告刊登两天后,有人联系了,请你设计一个双方谈判的对话。

BÀI 15   THỂ THAO VÀ NHỮNG TRẬN ĐẤU
第十五课   体育和比赛

I. Hội thoại   会话

Tình huống 1   Cúp bóng đá thế giới
情景 1   世界杯足球赛

A: Đêm qua cậu có xem trận đấu bóng đá trên ti vi không?
   昨晚你看电视转播的足球赛了吗？

B: Không. Đội Ba Lan chơi với đội Đức phải không?
   没有。波兰对德国是吗？

A: Ừ, ở bảng A, Ba Lan chơi với Đức. Ở bảng B, đội Italy chơi với đội Brazil.
   嗯，A组，波兰对德国。B组，意大利对巴西。

B: Kết quả thế nào?   结果如何呢？

A: Hiệp 1, đội Ba Lan chơi rất tuyệt, hễ có cơ hội là họ tấn công rất nhanh. Hết hiệp 1, đội Ba Lan thắng với tỷ số 2-0. Sở dĩ đội Đức thua là vì hàng rào phòng ngự của họ rất yếu.
   在上半场，波兰队踢得很好，一有机会他们就快速进攻。上半场结束，波兰队以 2 比 0 的比分领先。之所以德国队落后是因为他们的防守太弱了。

B: Còn bảng B thì sao?   那B组怎么样呢？

A: Khoan đã! Sang hiệp 2, tình thế thay đổi hẳn. Đội Đức cải tiến thế phòng thủ. Huấn luyện viên quyết định thay đổi hai cầu thủ. Và họ tổ chức những cuộc tấn công nhanh. Cuối cùng họ đã thắng đội Ba Lan với tỷ số 3-2.
   别着急！到了下半场，情况完全改变。德国队改善了防守。教练换下两名球员，并且他们马上组织进攻。结果他们 3 比 2 胜了波兰队。

B: Chà, thú vị quá nhỉ.   哇，这么有趣呀！

A: Cậu có biết không, ở bảng B trận đấu cũng khá quyết liệt đấy. Đội Italy đã bỏ lỡ nhiều cơ hội. Hiệp 1 hòa 0-0. Tiền vệ số 10 của đội Brazil chơi rất tuyệt. Anh ấy đã ghi bàn thắng đầu tiên của trận đấu. Bàn thắng cuối cùng cũng do anh ấy ghi ở phút thứ 89 của trận đấu. Trong trận này, đội Italy chịu thua với tỷ số 1-3.

你知道吗？B组也相当激烈呢。意大利队错过了好多机会。上半场０比０平局。巴西队的10号球员踢得很好，他踢进了比赛的第一个进球，比赛的最后一个球也是由他在第89分钟踢进的。在这场比赛中，意大利1比3输掉了比赛。

B: Theo cậu, đội nào mạnh nhất ở châu Âu hiện nay?
依你看，现在欧洲哪个队最强？

A: Tớ nghĩ là đội Đức. 我认为是德国队。

B: Còn ở châu Mỹ? 那在美洲呢？

A: Có lẽ là đội Argentina. 大概是阿根廷队吧。

B: Tớ cũng nghĩ vậy. Nhưng theo cậu, đội nào sẽ đoạt cúp năm nay?
我也这么认为。但据你看来，哪个队将夺得今年的冠军？

A: Ồ, điều này thì khó mà đoán được. 哦，这个就很难猜了。

Tình huống 2   Ở đại hội thể dục thể thao của trường
情景2   在校运会上

A: Hùng à, cậu đi đâu đấy? 阿雄，你去哪儿呀？

B: Tớ chuẩn bị đi thi chạy bền 3000 mét đây.
我正准备去参加3000米长跑比赛呢。

A: Cậu tham gia mấy môn trong đại hội thể thao lần này?
在这次校运会上，你参加了几项比赛？

B: Tớ có tham gia 3 môn: chạy vượt rào 200 mét, chạy cự ly dài 3000 mét và chạy tiếp sức 400 mét. 我参加了3项：200米跨栏跑、3000米长跑和400米接力赛跑。

A: Cậu đã thi đấu xong môn nào chưa? 你已经赛完哪一项？

B: Hôm qua tớ đã thi đấu xong môn chạy vượt rào 200 mét rồi, tớ được giải nhất đấy.
昨天我已经赛完了200米跨栏跑了，我得了第一名呢！

A: Thế à? Chúc mừng cậu nhé! 是吗？祝贺你哦！

B: Còn cậu có tham gia môn nào không? 你有没有参加哪项比赛？

A: Có, nhưng tớ không chạy nhanh được. Tớ chỉ tham gia môn điền kinh thôi. Tớ có tham gia môn nhảy cao và ném đĩa.
参加了啊，但我跑不快，所以我只参加了田赛。我参加了跳高和飞碟。

B: Thế cậu thi xong chưa? 那你赛完了吗？

A: Xong rồi. Tớ chỉ được giải năm của môn nhảy cao, còn môn ném đĩa thì chẳng được giải gì cả. 赛完了，我只得了跳高的第五名，而飞碟就根本没有进入名次。

B: Ừ, không sao. Sau này cậu phải rèn luyện nhiều, để giành được thành tích tốt hơn. Bây giờ tớ phải đi đây, tý nữa là vòng chung kết thi chạy cự ly dài 3000 mét đấy. 哦，没关系，以后你要多锻炼以争取更好的成绩。我现在要走了，待会儿就是3000米长跑决赛了。

A: Ừ, cố lên nhé, chúc cậu giành được thành tích tốt. 好的，加油哦，预祝你取得好成绩。

B: Cảm ơn. Tớ sẽ dốc hết sức mình. 谢谢，我会尽力的。

TỪ MỚI 生词

1	thể thao 体育运动		14	huấn luyện viên 训练员，教练
2	trận đấu bóng đá 足球赛		15	quyết định 决定
3	cúp 杯；冠军		16	cầu thủ 球员
4	bảng A A 组		17	quyết liệt 激烈
5	hiệp 1 上半场		18	bỏ lỡ 错过
6	hễ 一旦		19	thắng 胜利，赢
7	tấn công 进攻		20	thua 输
8	tỷ số 比分		21	đại hội thể thao 运动会
9	hàng rào 栏杆；篱笆		22	giải nhất 第一名，一等奖
10	phòng ngự 防御		23	điền kinh 田径
11	khoan đã 且慢		24	ném 扔
12	tình thế 情形，形势		25	vòng chung kết 决赛
13	cải tiến 改进，改变		26	cố lên 加油

II. Ghi chú ngữ pháp 语法注释

1. hẳn 的用法。

(1) hẳn 有表示"完全、根本"的意思，如：

- Sang hiệp 2, tình thế thay đổi *hẳn*. 到了第二场，情况完全改变。
- Chắc là lần trước cháu bị cảm chữa chưa khỏi *hẳn*, bây giờ truyền nhiễm đến phổi rồi. 大概是上次你感冒治得还不彻底，现在感染到肺部了。

(2) hẳn 也可以表示猜测，如：

- Theo phân tích của anh, *hẳn* là thế rồi. 从你的分析看来，肯定是这样的了。

第十五课　体育和比赛

-Cũng chưa *hẳn* là nó làm việc này. 也还不一定是他做这件事。

2. 语气词 chăng, phải chăng 的区别用法。

(1) chăng 放在陈述句或疑问句末，表示半信半疑的语气。如：

-Anh ấy không đến nữa *chăng*? 难道他不来了吗？

-Hay là chúng ta nghe nhầm *chăng*? 或许是我们听错了？

-Anh còn có việc gì nữa *chăng*? 你还有什么事吗？

(2) phải chăng 功能与 chăng 一样，也表示怀疑的语气，但 phải chăng 通常放在句首，如：

-*Phải chăng* đó chính là những người đến từ một hành tinh khác? 难道他们就是来自其他星球的外星人？

-*Phải chăng* đó là một ý nghĩ sai lầm? 难道这是个错误的想法？

+ 此外，phải chăng 还可以表示强烈的反诘语气，如：

-*Phải chăng* đó cũng gọi là hòa bình? 难道这也算是和平吗？

-*Phải chăng* đó chính là cái "tự do" mà chúng nó cho? 难道这就是他们给的所谓的"自由"？

3. hễ… là…, vừa…đã… 和 vừa…là…, vừa…thì… 的区别用法。

关联词结构 hễ… là… 和 vừa…đã… 都有表示 "一……就……" 的意思，其区别在于：

(1) hễ… là… 偏向于指突发情况，指 "一旦……就……"，如：

-Hiệp 1, đội Ba Lan chơi rất tuyệt, *hễ* có cơ hội *là* họ tấn công rất nhanh.

在上半场，波兰队踢得很好，一有机会他们就快速进攻。

-*Hễ* có loài sâu này bay ra nhiều *là* trời sẽ mưa to.

一旦这种虫子飞出来很多，就表示天要下大雨。

(2) 而 vừa…đã… 则偏向于指某事情已经在行为之前发生了。如：

-Năm 1969, khi các nhà du hành vũ trụ Mỹ vừa tới mặt trăng họ *đã* phát hiện thấy "dấu chân người với năm đầu ngón chân đi đất" còn in rõ ở đó.

1969年，当宇航员们刚到达月球，他们就发现有"光脚的、有五个脚趾头的人脚印"还清楚地印在那里。

-Chúng tôi vừa đến nơi *đã* thấy con chó nằm chết ở đó rồi.

我们刚到就发现那条狗已经躺在那里死掉了。

(3) 而 vừa…là… 和 vừa…thì… 则偏向指时间上的紧接关系，表示在某行为之后紧接着发生另一行为，如：

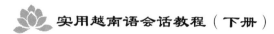

-Hôm qua tôi *vừa* đánh bóng xong *là* tắm nước lã ngay, nên bị cảm rồi.
昨天我刚打完球就洗冷水澡,所以感冒了。

-Tôi *vừa* đến lớp học *thì* chuông rồi. 我刚到教室铃就响了。

III. Kiến thức mở rộng 扩充知识

Từ ngữ về thể dục thể thao 关于体育运动的词汇:

(1) Bóng đá 足球:

sân bóng đá 足球场	cầu môn 球门	lưới cầu môn 球门网
phát bóng 发球	phạt trực tiếp 任意罚球	phạt 11 mét 罚点球
chuyền bóng 传球	chuyền dài 长传	chuyền ngắn 短传
đón bóng/ đỡ bóng 接球	cắt bóng 断球, 截球	đánh đầu 顶球
móc bóng 勾球	va chạm 撞人	va chạm đúng luật 合理撞人
đeo bám 盯人	né tránh 躲闪	va chạm trái luật 撞人犯规
nhắc nhở 警告	đồng đội 队友	dùng vai hích 肩膀撞人
cầu thủ dự bị 替补队员	đội nghiệp dư 业余队	đội chuyên nghiệp 专业队
cánh tả 左翼	cánh hữu 右翼	cầu thủ 足球队员
tiền đạo cánh trái 左前锋	tiền đạo cánh phải 右前锋	trung phong 中锋
tiền vệ 前卫	tiền vệ trái 左前卫	tiền vệ phải 右前锋
trung vệ 中卫	hậu vệ 后卫	thủ môn 守门员
hiệp 1 上半场	hiệp 2 下半场	giải lao 中场休息
huấn luyện viên 教练	đội trưởng 队长	ông bầu / đội trưởng 领队
trọng tài 裁判	trọng tài biên 巡边员	trọng tài bàn 记分员
đấu loại 预赛	đấu bán kết 半决赛	đấu chung kết 决赛

(2) Bóng rổ 篮球:

sân bóng rổ 篮球场	giá treo rổ 篮架	bảng rổ 篮板
đường phạt bóng 罚球线	giẫm vào vạch 踩线	3 giây 三秒
va chạm 撞人	kéo người 拉人	lỗi đánh tay 打手
hạm người 碰人、触人	chuyền tay 易手	hai lần truyền bóng 两次传球

第十五课 体育和比赛

phạt ném bóng 罚球	ném bóng 投球	phạm qui về kỹ thuật 技术犯规
ném vào rổ bóng 投中	ném rổ trượt 投篮不中	sạt bảng lọt vào rổ 擦板入篮
tỷ lệ ném trúng 命中率	nhảy ném 跳投	che rổ 扣球
ném gần 近投	định vị ném rổ 定位投球	xoạc chân lên rổ 跨步上篮
yểm trợ 掩护	nhìn người 盯人	động tác giả 假动作
tấn công nhanh 快攻	trận thi đấu hòa nhau 平局	
chiến thuật kéo dài thời gian 拖延战术	hiệp đầu được điểm 上半场得分	

(3) bóng chuyền 排球：

sân bóng chuyền 排球场	góc chết 死角	đổi vị trí 换位
phát bóng 发球	quyền phát bóng 发球权	phát bóng bổng 发高球
chặn bóng 拦网	phát bóng mạnh 大力发球	chạy phát bóng 助跑发球
đỡ bóng 托球	đập bóng mạnh 大力扣球	liên tục tấn công 连续扣杀
treo bóng 吊球	treo bóng nhẹ 轻吊	đập mạnh 重扣
vớt bóng 捞球	đẩy bóng 推球	ném bóng 抛球
cứu bóng 救球	bóng sát lưới 擦网球	chạm lưới 触网
ra ngoài 出界	cầu thủ hàng trước 前排队员	cầu thủ hàng sau 后排队员
cầu thủ chủ công 主攻手	cầu thủ đập bóng 扣球手	cầu thủ chuyền hai 二传手

(4) Các loại bóng khác 其他球类：

cầu lông 羽毛球	bóng bàn 乒乓球	vợt bóng bàn 球拍
bóng gậy 棒球	bóng chày 垒球	trò chơi bowling 保龄球
bóng bầu dục 橄榄球	bóng quần vợt 网球	golf 高尔夫球
khúc côn cầu 曲棍球	môn billiards 台球	môn crickê 板球
bóng nước 水球	môn hockey 冰球	bóng ngựa 马球

(5) Thể thao trên nước 水上运动：

Bơi lội 游泳	bể bơi 游泳池	bơi tự do 自由泳
bơi ếch 蛙泳	bơi cá heo 海豚式	bơi ngửa 仰泳

167

bơi bướm 蝶泳	bơi nghiêng 侧泳	bơi chó 狗刨式
bơi lặn 潜泳	nhảy cầu 跳水	ván nhảy 跳板
bệ nhảy 10 mét 十米跳台	lặn xuống nước 潜水	kính lặn 潜水镜
lấy hơi 换气	hít 吸气	thở 呼气
chuột rút 抽筋	phao 救生圈	nhân viên cứu hộ 救生员
thiết bị cứu hộ 救生设备	hô hấp nhân tạo 人工呼吸	khu vực lặn 浅水区
khu vực nước sâu 深水区	mái chèo 桨	người bơi chèo 桨手
bánh lái 舵	người bẻ lái 舵手	môn lướt sóng 冲浪运动
ván lướt 冲浪板		

(6) Thể thao mùa đông 冬季运动:

Trượt băng 滑冰	giày trượt băng 冰鞋	giày trượt băng khô 旱冰鞋
ván trượt 雪橇	ván trượt tuyết 滑雪板	trượt tuyết 滑雪
trượt băng nghệ thuật 花样滑冰	sân trượt băng nhân tạo 人造冰场	

(7) Môn điền kinh 田径运动:

thi điền kinh 田赛	thi đấu điền kinh 径赛	vòng loại 预赛
vòng chung kết 决赛	đại hội thể dục thể thao 运动会	Á vận hội 亚运会
SEA games 东亚运动会	thế vận hội Olympic 奥运会	nhảy cao 跳高
nhảy sào 撑竿跳高	nhảy xa 跳远	ném lao 标枪
ném đĩa 铁饼	đẩy tạ 铅球	xà ngang 横杠
thi chạy (chạy đua) 赛跑	chạy việt dã 越野赛	chạy cự ly ngắn 短跑
chạy cự ly dài 长跑	chạy tiếp sức 接力赛	chạy maratông 马拉松赛跑
thi chạy vượt chướng ngại vật 障碍赛	chạy tiếp sức 400 mét 400米接力赛	chạy cự ly trung bình 中距离赛
gậy tiếp sức 接力棒	nhận gậy 接棒	chạy vượt rào 跨栏赛
rào cao 高栏	rào trung bình 中栏	rào thấp 低栏
thi đi bộ 竞走	vào chỗ 各就各位	sẵn sàng, chạy 预备，跑
đích 终点	đường xuất phát 起跑线	tín hiệu xuất phát 起跑信号

第十五课　体育和比赛

dây đích 终点带	bứt lên trước 冲刺	bứt phá 抢跑
đường chạy 跑道	vòng trong 内道	vòng ngoài 外道
khúc ngoặt 弯道	đồng hồ bấm giây 秒表	người phát lệnh 发令员
người tính giờ 记时员		

(8) Thể dục 体操:

xà đơn 单杠	xà kép 双杠	nằm sấp chống tay 俯卧撑
xà lệch 高低杠	cầu thăng bằng 平衡木	vòng treo 吊环
nhảy ngựa 跳马	yên ngựa 马鞍	bàn đạp 跳板
thể dục tự do 自由体操	thể dục mềm dẻo 软体操	thể dục thẩm mỹ 健美操
xoạc chân 劈叉	rướn người 引体向上	điểm tối đa 满分
thêm điểm 加分	Vận động viên thể dục 体操运动员	

(9) Võ thuật 武术:

Hầu quyền 猴拳	võ thiếu lâm 少林拳	võ bọ ngựa 螳螂拳
thái cực quyền 太极拳	gậy 9 đốt 九节鞭	tam khúc côn 三节棍
đấu quyền 拳击	võ sĩ đấu quyền 拳击手	

(10) Những cái khác 其他:

đấu kiếm 击剑	bắn súng 射击	bắn tên 射箭
trượt bay 滑翔	môn vật 摔跤	vật tự do 自由式摔跤
nhảy dù 跳伞	cử tạ 举重	thi ô-tô việt dã 汽车越野赛
đấu cờ 棋赛	cờ tướng 象棋	cờ vây 围棋
bàn cờ 棋盘	thi đấu quốc tế 国际比赛	giải vô địch 锦标赛
giải hữu nghị 友谊赛	公开赛 giải đấu công khai	đua xe đạp 自行车比赛
giải đấu hữu nghị (mời) 邀请赛	môn thể thao leo núi 登山运动	

IV. Bài tập　练习

1. 熟练掌握越南中一些常见运动、比赛的名称。

2. 请根据实际情况回答以下问题，同时进行口头对话练习。

(1) Ở thành phố em thường niên có những cuộc thi đấu thể dục thể thao gì? Em thích nhất là cuộc thi đấu gì? Tại sao?
___
___
___

(2) Ở trường em thường có những cuộc thi đấu thể dục thể thao gì? Em thường tham gia những môn gì? Kết quả thế nào?
___
___
___

(3) Bình thường em thích những môn thể dục thể thao gì? Và em thường tập thể dục thể thao như thế nào? Ví dụ ở đâu, với ai?
___
___
___

(4) Trong phạm vi cả thế giới, thường có những cuộc thi đấu thể dục thể thao quốc tế gì? Em thích nhất là cuộc thi đấu gì? Tại sao?
___
___
___

(5) Ngoài thi đấu thể dục thể thao, trong trường em thường niên còn có những cuộc thi đấu khác gì? Em thích tham gia cuộc thi đấu gì? Kết quả thế nào?
___
___
___

(6) Ngoài giờ học, em có những sở thích gì? Hoặc em có những năng khiếu gì? Mời bạn hãy giới thiệu qua.
___
___
___

3. 请参照语法注释部分翻译以下句子，注意画线部分的越语表达法。

(1) 你的病痊愈了吗？可以正常工作了吗？

(2) 现在证据 (chứng cứ) 不足，也还不一定是他泄的密 (làm lộ bí mật)。

(3) 难道我这么为他着想也错了吗？

(4) 我这么做全都是为了你。难道我还会害你吗？

(5) 难道这就是你所谓的理想境界？

(6) 一有时间，他就拿出那本小说来读。

(7) 当警察刚到的时候就发现他已经躺在血泊中，无法站立起来。

(8) 太幸运了，我刚回到宿舍就下大雨了。

(9) 这种植物叫含羞草（hoa trinh nữ），一旦被什么东西碰到，它的叶子就会合拢起来。

(10) 刚才我刚提到那件事她就很紧张，甚至发起狂来，也不知道她到底受到了什么刺激。

BÀI 16   DỊCH VỤ
第十六课   服 务

I. Hội thoại   会话

Tình huống 1   Đặt may áo dài Việt Nam
情景 1   定做越南国服——奥黛

A: Chào em. Em muốn may áo dài à?   你好。你要做奥黛吗?

B: Em xem đã. Nếu vừa thì em sẽ may một bộ.   我先看看。如果合适就做一套。

A: Vâng, em cứ xem đi. Ở đây có nhiều kiểu mới.
  好的，随便看。这里有许多新款。

B: Vâng. Em thấy bộ áo mà ma-nơ-canh đang mặc rất đẹp.
  好的。我觉得模特身上穿的那件很漂亮。

A: Có đây, kiểu này là kiểu mới đấy. Vải cũng rất tốt.
  有啊，这款是新款呢，面料也很好。

B: Vâng, em thích những kiểu là lạ, vải đẹp, thêu cũng đẹp. Em không thích những cái truyền thống quá, đơn giản quá hoặc sang trọng quá.
  嗯，我喜欢那些款式新颖、面料好、刺绣也漂亮的。我不喜欢那些太过传统的、太简单的或太正式的。

A: Ừ, mấy kiểu này đều là kiểu mới. Này, kiểu này cũng được này.
  嗯，这几款都是新款。瞧，这款也可以啊。

B: Dạ, em không thích lắm ạ.   哦，我不太喜欢。

A: Còn kiểu kia được không?   那款可以吗?

B: Hình như em vẫn thích kiểu này hơn. Kiểu này có hợp thời không ạ?
  我好像还是比较喜欢这款，这款现在流行吗?

A: Có chứ! Kiểu này mới ra tháng này thôi, là kiểu thời trang mới nhất hiện nay. Con mắt thẩm mỹ của em cũng được đấy, kiểu này được nhiều người ưa lắm. Ngay cả những khách khó tính nhất cũng rất thích kiểu này đấy.
  当然了。这款是这个月才出的呢，是现在最新的款式。你的审美眼光真是好，这款得到很多人的钟爱。就连那些很挑剔的顾客也很喜欢呢。

第十六课 服 务

B: Thế à? Nhưng em thích màu nâu vàng như mẫu ở bên ngoài. Sao ở đây không có ạ?
是吗？但我喜欢像外面模特的那件棕黄色的。为什么这里没有呢？

A: À, chúng tôi mỗi kiểu chỉ may một bộ để bày ở đây thôi.
哦，我们一款只做一套来展示在这里。

B: Vâng. Thế những áo này có bán không ạ? 哦。那这些奥黛卖吗？

A: Người ta thường là chọn kiểu và vải rồi mới đo người và may lại bộ mới. Nhưng mà nếu vừa thì cũng bán ạ. Này, em mặc thử đi! Nếu không vừa thì may bộ mới.
顾客常常是选好款式和面料后量尺寸并重新做一套新的。不过合适的话也可以卖。来，你试穿一下吧。如果不合适就做一套新的。

B: Vâng…Xong rồi. Được không chị? 好的……好了。可以吗？

A: Được chứ. Kiểu này vừa với em lắm. 可以啊。这款很合适你啊!

B: Nhưng hình như hơi chật, chắc là dạo này em lại béo lên rồi. Bao nhiêu tiền một bộ hả chị? 但好像有点窄，或许最近我又长胖了吧。多少一套呢？

A: Kiểu này bán 800 nghìn em ạ. 这款 80 万越盾。

B: Ối, sao đắt thế? Có bớt được không chị? 啊？怎么这么贵？可以便宜点吗？

A: Không đắt đâu em ạ. Kiểu này là kiểu mới, người Việt Nam may cũng giá này đấy. Những cái đơn giản và vải bình thường của sinh viên thì mới rẻ, 2,3 trăm nghìn là được rồi. Em có lấy thì chị bớt cho em một chút.
不贵。这款是新款，就算越南人定做也要这个价呢。那些简单的、布料一般的学生装才便宜，二三十万越盾就可以了。你要的话我可以给你少一点。

B: 600 nghìn được không chị? 60 万越盾可以吗？

A: Không bớt được nhiều thế đâu ! Bán hàng ở Việt Nam không nói thách như ở Trung Quốc đâu. Chỉ bớt được 50 nghìn thôi em ạ.
少不了这么多的。在越南卖东西不像在中国那么叫高价的。只能便宜 5 万越盾。

B: Em lần đầu tiên mua áo dài ở Việt Nam mà, chị bán khuyến mại một chút cho em đi. 700 nhé? Lần sau em dẫn bạn khác đến mua với chị nhé? Nhé?
我是第一次在越南买奥黛嘛，你给我优惠一些吧。70 万越盾好吗？下次我带其他朋友过来跟你买吧？好吗？

A: Ok, được rồi. Chị đo người cho em nhé…Ok, xong rồi.
好吧。那我帮你量尺寸吧……Ok, 好了。

B: Em phải đặt cọc bao nhiêu ạ? 我要交多少定金呢？

A: Em đặt cọc 200 nghìn nhé. 你先交 20 万越盾定金吧。

B: Vâng, gửi tiền chị. Bao lâu mới may xong ạ? 好的，给你钱。多长时间能做好呢？

A: Khoảng hai tuần. Nhưng một tuần sau em ghé lại thử một lần nhé.
大约两周。但一周后你要过来试穿一次。

B: Vâng. Chào chị nhé.   好的。再见。

A: Cảm ơn em. Chào em.   谢谢你。再见。

Tình huống 2   Quảng cáo du lịch
情景 2   旅游广告

TRUNG TÂM LỮ HÀNH QUỐC TẾ HÀ NỘI
HẠ LONG – TUẦN CHÂU

NGÀY 01: HÀ NỘI – HẠ LONG

08h00: Đón khách tại điểm hẹn khởi hành đi Hạ Long. Trên đường dừng lại tại Hải Dương cho quý khách nghỉ ngơi.

11h30: Đến Hạ Long, quý khách lên tàu, ăn trưa. Sau đó tham quan Vịnh Hạ Long 4 tiếng: động Thiên Cung, hang Đầu Gỗ, hòn Chó đá, hòn Gà Chọi. Tự do chụp ảnh và mua quà lưu niệm.

16h00: Quay về khách sạn nhận phòng, nghỉ ngơi, 5giờ ăn tối tại nhà ăn khách sạn.

17h30: Xe đón quý khách tại khách sạn và đưa sang đảo Tuần Châu. Quý khách tự do xem chương trình biểu diễn nhạc nước màu hoành tráng, xem các show biểu diễn của cá heo, khỉ, sư tử… Tối về khách sạn nghỉ ngơi.

NGÀY 02: HẠ LONG – HÀ NỘI

8h00: Ăn sáng. Sau khi ăn sáng, quý khách có thể tự do tắm biển, dạo chơi tại công viên Hoàng Gia hoặc đi chợ Hạ Long mua quà tặng cho người thân bạn bè. 12 giờ ăn trưa tại khách sạn.

11h30: Xe khởi hành về Hà Nội. Kết thúc hành trình.

Giá trọn gói cho 01 khách: 1.200.000đồng/khách

(áp dụng cho khách lẻ ghép đoàn)

Bao gồm:

-Xe ô-tô máy lạnh đưa đón theo hành trình.

-Các bữa ăn theo chương trình: 150.000 đồng /ngày/người.

-Phí thắng cảnh tại các điểm du lịch.

-Tàu thăm vịnh Hạ Long.

-01 đêm ở khách sạn: Vườn Đào hoặc Ngọc Lan hoặc Atlantic.

-Hướng dẫn viên suốt tuyến.

Không bao gồm:

-Đồ uống, chi tiêu cá nhân.

-Hóa đơn VAT.

第十六课 服 务

Địa chỉ: 63 Hàng Trống, Hoàn Kiếm, Hà Nội, Việt Nam.
Tel: (84-4)9285588 Fax: (84-4)9285779
Website: www.thegioidulich.org
　　　　www.vietnamholiday.com

河内国际旅游中心
下龙——浔洲

第一天：河内——下龙

08:00：在预定地点上车，出发去下龙。路上在海阳停车休息。

11:30：到下龙，上游船并在船上吃午饭。然后参观下龙湾4个小时：天宫洞、木头岛、石狗岛、斗鸡岛。可以自由拍照和购买纪念品。

16:00：返回宾馆分配房间，休息一会儿，5点在宾馆餐厅吃饭。

17:30：车到宾馆接游客并送往浔洲岛。游客可以自由观看各种表演如：海狮表演、耍猴、狮子表演等。晚上返回宾馆休息。

第二天：下龙——河内

8:00：吃早餐。早餐过后，游客可以自由安排：游泳，游玩皇家公园或者去下龙市场购买纪念品送给亲朋好友。12点在宾馆吃饭。

12:30：车起程返回河内。行程结束。

个人全包价：1.2兆越盾/客
（散客组团的价格）

包括：

- 空调车按照行程接送游客。
- 旅程中的餐费：15万越盾/天/人。
- 各旅游景点的门票。
- 参观下龙湾的游船费用。
- 住宿宾馆一晚：桃园宾馆或玉兰宾馆或太平洋宾馆。
- 全程导游。

不包括：

- 饮料，个人消费。
-VAT发票。

地址：越南河内市还剑郡鼓街63号。
电话：(84-4)9285588　传真：(84-4)9285779
网站：www.thegioidulich.org　　www.vietnamholiday.com

Tình huống 3   Quảng cáo khuyến mại của khách sạn
情景 3   宾馆的促销广告

NOEL BẤT NGỜ

Noel bạn sẽ làm gì?

Nếu bạn muốn có một Noel vui vẻ, xin mời bạn đến khách sạn Hoa Hồng. Bạn sẽ có:

Phòng đẹp nhất!

Món ăn ngon nhất!

Phục vụ chu đáo nhất!

Chương trình hấp dẫn nhất!

Quà tặng bất ngờ nhất!

Nếu bạn đến từ 3 người trở lên thì khách sạn sẽ giảm giá 10%.

 Nhanh lên!

意外的圣诞节

圣诞节您要做什么？

如果您想度过一个愉快的圣诞，那么请您到玫瑰花宾馆来，您将会有：

最豪华的房间！

最美味的饭菜！

最周到的服务！

最精彩的表演！

最意外的礼物！

如果您有三个人以上，我们将会给您优惠10%的房价。

您还犹豫什么？！

Tình huống 4   Thông báo tuyển nhân viên
情景 4   招聘信息

TUYỂN GIÁO VIÊN

Cần 02 nữ giáo viên có bằng ĐH văn khoa Sư phạm hoặc ĐH Xã hội Nhân văn, thông thạo Anh ngữ để giảng dạy cho người nước ngoài học tiếng Việt tại Singapore, lương khởi điểm 1.000$/tháng, bao ăn, ở, vé máy bay. LH: Cty Hoàng Phúc, 65 Phạm Ngọc Thạch HN, Tel. 6120269, 0982003609

第十六课 服 务

> **招聘教师**
>
> 招聘两名女教师，要求有师范大学或人文社科大学的文科毕业证，英语熟练，派往新加坡教外国人学习越南语。起薪：1000美元／月，包吃住及往返机票。联系：黄福公司，河内范玉石街65号。电话：6120269，0982003609。

TỪ MỚI 生词

1	may 缝制，缝纫	16	quà tặng 赠品，礼物
2	ma-nơ-canh 模特	17	hoành tráng 壮观
3	kiểu mới 新款	18	show biểu diễn 表演秀
4	vải 布，布料	19	cá heo 海狮
5	là lạ 新颖	20	sư tử 狮子
6	sang trọng 庄重	21	tắm biển (在海里)游泳
7	hợp thời 时兴，流行	22	người thân bạn bè 亲朋好友
8	thời trang 时装	23	khách lẻ ghép đoàn 散客组团
9	thẩm mỹ 审美	24	đưa đón 接送
10	khó tính 性格乖戾	25	suốt tuyến 全程
11	màu nâu 棕色	26	chi tiêu 消费，支出
12	đo người 测量身材	27	tuyển 招聘
13	ghé lại 拐过来	28	giảng dạy 教学，讲解
14	lữ hành 旅行	29	thông thạo 熟练
15	dừng lại 停留，停下	30	lương khởi điểm 起薪

II. Ghi chú ngữ pháp 语法注释

1. 趋向动词 Lên, đi, ra 的用法。

　　Lên, đi, ra 除了作动词分别表示"上""去""出"以外，还可以作趋向动词，其区别如下：

(1) 趋向动词 lên 放在动词或形容词后，表示一种向上或增加的趋势，如：

　　-Chị Hồng chạy *lên* tầng ba rồi. 阿红跑上三楼了。

　　- Nhưng hình như hơi chật, chắc là dạo này em lại béo *lên/ra* rồi.

　　但好像有点窄，或许最近我又长胖了吧。

-Ôi, lâu lắm ông không được gặp cháu, cháu lại cao *lên* nhiều rồi.

噢，爷爷好久没得见你了，你又长高了许多。

(2) 趋向动词 ra 放在动词或形容词后，表示一种向外或增加的趋势，如：

-Cháu bé chạy *ra* ngoài chơi rồi. 小孩跑到外面去玩了。

-Trời đã sáng *ra* nhiều rồi. 天已经亮多了。

-Mấy tháng không gặp, hình như cậu lại béo *ra* một chút rồi đấy.

几个月不见，好像你又长胖一些了。

(3) 趋向动词 đi 放在动词或形容词后，有三种意思：

+ 表示移动的方向是背着说话的人，如：

-Cháu bé nó lại chạy *đi* đâu rồi? 孩子他又跑到哪儿去了？

-Hai quyển tiểu thuyết đó chị ấy đã cầm *đi* rồi. 那两本小说她已经拿走了。

+ 放在某些动词后，表示"失去、毁掉、减少"等意思，如：

-Màu sắc có khả năng rất quan trọng làm tăng thêm hoặc giảm *đi* vẻ đẹp.

颜色在增加或减少美感方面有着重要的作用。

-Những chữ này viết xấu quá, em phải xóa *đi* và viết lại.

这些字写得太难看了，你得擦掉重写。

-Nó bị cưa *đi* một cánh tay trong một vụ tai nạn.

他在一次灾难中被截去了一只手。

+ 放在某些形容词（多是贬义词）之后，表示向不好的方向发展，如：

-Anh ấy làm việc ở trên biển lâu ngày, đã gầy *đi* và đen *đi* nhiều rồi.

他在海上工作多日，已经变瘦、变黑了许多。

-Tình hình ngày càng xấu *đi* rồi. 形势变得越来越差了。

2. đặt 的用法。

(1) đặt 有"放置"的意思，如：

- Trước cửa sổ có *đặt* một chiếc bàn viết và trên bàn có *đặt* một lọ hoa.

在窗户前摆放着一张书桌，书桌上放着一瓶花。

-*Đặt* tủ sách này vào góc kia cho gọn.

把这个书柜放到那个墙角，以让房间显得整齐有序。

(2) đặt 有"命名、起名"的意思，如：

-Chợ đuổi là tên của một loại chợ không hợp pháp do người Hà Nội *đặt* cho.

追赶集市是河内人给一种不合法的集市起的名字。

-Tên này là do bố tôi *đặt* cho tôi. 这个名字是我父亲给我取的。

(3) đặt 还有"预订"的意思，如：đặt phòng 预订房间，đặt mua 订购，đặt cọc 交定金，đặt tiền 预先交钱。

- Em *đặt* cọc 200 nghìn nhé. 你先交 20 万越盾定金吧。

- Để được ở khách sạn này, bạn phải *đặt* chỗ trước ít nhất một tháng.
为了住进这个宾馆，你必须得提前至少一个月预订。

3. 语气词 *đi, nào, này* 的用法。

(1) đi 常常表示催促的语气，如：

-Anh đi *đi* 你走吧。

-Anh cứ nói *đi*. 你尽管说吧。

+ 当句子的主语是第一人称复数（包括式）时，đi 表示的语气常偏重于邀约、相请的意思，如：

-Ta đi xem chiếu bóng *đi*. 咱们去看电影吧。

-Ta cùng đi ăn cơm *đi*. 咱们一起去吃饭吧。

(2) 语气词 nào 有以下几种用法：

+ 表示要求或相邀约的语气，如：

-Cố lên *nào*! 加油啊！

-Cậu cứ nói ra cho tớ nghe *nào*! 你就说出来给我听吧。

+ 表示催促的语气，如：

-Ta đi nhanh lên *nào*. 咱们走快一点吧。

-Cháu nhớ chưa *nào*? 你记住了没有？

-Này, cho tôi xem *nào*. Ừ, phổi cháu quả nhiên là bị lây nhiễm rồi đấy.
来，给我看看。嗯，你的肺部果真被感染了呢。

-Có thể bắt đầu chưa *nào*? 是不是可以开始了？

+ 放在句首，表示为了引起听话者的注意，如：

-*Nào*, bây giờ ta bắt đầu họp *nào*. 好了，现在咱们开始开会吧。

-*Nào*, kết quả thế nào rồi? 怎么样？结果如何？

+ 重复使用组成 "nào …nào…"、"nào là…nào là…" 的格式，也可以单用 nào，表示列举，如：

-Trên mặt sông, người ta xây dựng *nào* kè *nào* đập, dẫn dắt nước sông đi vào đồng ruộng tưới tắm hoa màu.
在河岸上，人们又是建水闸，又是建堤坝，把河水引进田野里灌溉庄稼。

-Trong mười ngày phép, nó giúp mẹ được nhiều việc lắm: *nào* làm cỏ khoai, sửa sang lại nhà, đi làm góp công điểm.
在十天的假期里，他帮妈妈做了很多事情：又是除草，又是装修房子，还出去干活挣工分。

(3) 语气词 này 可以表示多种意思。

+ 放在句首，表示呼唤或为了引起别人的注意，如：

-*Này* chị dê ơi, cầu sắp gãy rồi, chị chớ có qua cầu, nguy hiểm quá!
山羊姐姐啊，桥快断了，你别过桥，很危险的。

-*Này*, cháu xem này, đây, đây... thấy chưa?
瞧，你看看，这里，这里……看见没有？

-*Này*, em mặc thử đi! 来，你试穿一下吧。

-*Này*, kiểu này cũng được này. 看，这款也可以啊。

+ 表示告知某事的语气，如：

-Kiểu này cũng đẹp lắm *này*. 这一款也很漂亮啊。

-Mời ông đi lối này *này*. 请您走这边。

+ 放在一个词的前面或后面，表示气愤的态度，或表示列举事物的多样性，如：

-Cứng cổ này! Khó bảo này! 让你硬！让你不听话！

-*Này* kẹo, này bánh, này chè, đủ cả rồi. 糖呀，点心呀，茶呀，样样都有了。

-Xanh *này*, đỏ *này*, trắng *này*, đen *này*, đủ cả các màu.
绿的、红的、白的、黑的，各种颜色都有了。

+ 叙述事物的多样性时，还可以用 nào（常放在单音节词的前面），如：

-*Nào* lợn, *nào* gà, *nào* vịt, có đủ cả. 猪呀，鸡呀，鸭呀，都齐了。

III. Kiến thức mở rộng 扩充知识

1. Từ vựng bổ sung 补充词汇

Các loại nghề nghiệp 各种职业：

bội đội 部队	sĩ quan 军官	bác sĩ 医生
y tá 护士	hộ lý 护理、护工	bác sĩ chẩn đoán 门诊大夫
dược sĩ 药剂师	tạp vụ 杂务工	trợ lí 助手
ca sĩ 歌星	cầu thủ 球手、球员	cầu thủ nổi tiếng 球星
diễn viên 演员	diễn viên nổi tiếng 影星	đạo diễn 导演
hoạ sĩ 画家	nghệ sĩ 艺术家	cảnh sát 警察
công an 公安	bảo vệ 保安	vệ sĩ 保镖
ô sin 保姆	người quản lý 管理员、管家	đầu bếp 厨师

第十六课 服 务

(đầu) bếp trưởng 厨师长	bếp chính 主厨	bếp phụ 厨师助手
điều dưỡng viên 营养师	giám đốc 经理	giám đốc (sở, ty) 厅长
trưởng phòng 科（处）长	phó phòng 副科（处）长	chủ nhiệm lớp 班主任
chủ nhiệm khoa 系主任	hiệu trưởng 校长	viện trưởng 院长
chánh án 法院院长、法庭庭长	giáo sư 教授	giáo viên 教师
học sinh 学生	người phiên dịch 翻译	huấn luyện viên 教练
hướng dẫn viên du lịch 导游	kế toán 会计	kế toán trưởng 会计师
thủ quỹ 出纳（员）	kiến trúc sư 建筑师	kỹ sư 工程师
luật sư 律师	công nhân 工人	nông dân 农民
người bán vé 售票员	người soát vé 检票员	người bán hàng 售货员
nhân viên phục vụ 服务员	nhân viên bưu điện 邮局职员	nhân viên ngân hàng 银行职员
nhân viên tổng đài điện thoại 接线员	nhân viên trực thang máy 电梯服务员	nhà buôn 商人、生意人 thương gia 商家、商人
nhà doanh nghiệp 企业家	nhà bác học 学者、博学家	nhà báo(phóng viên) 记者
nhà địa chất 地质学家	nhà điêu khắc 雕刻家、雕塑家	nhà khảo cổ 考古学家
nhà khoa học 科学家	nhà kinh tế 经济学家	nhà sử học 历史学家
nhà soạn kịch 剧作家	nhà soạn nhạc 作曲家	nhà tâm lý 心理学家
nhà thơ 诗人	nhà triết học 哲学家	nhà tư tưởng 思想家
nhà văn 作家	nhà văn học 文学家	phục vụ phòng 客房服务员
phó giám đốc 副经理	phi công 飞行员	trưởng phi hành đoàn 飞行团长
phi hành đoàn 飞行团	tài xế 司机	thuyền trưởng 船长
thuỷ thủ 水手	hoa tiêu 领航员	bí thư 书记
thư ký 秘书	tiếp tân 接待员、总台小姐	vận động viên 运动员
tuyển thủ 选手	cán bộ 干部	sếp 头儿、领导
quản đốc 主管	bộ trưởng 部长	thứ thưởng 副部长

181

nguyên thủ quốc gia 国家元首	thủ tướng 首相、总理	phó thủ tướng 副总理
chủ tịch nước 国家主席	tổng bí thư 总书记	tổng thống 总统
chủ tịch thành phố 市长	chủ tịch tỉnh 省长	chủ tịch huyện 县长
chủ tịch xã 乡长	trưởng thôn 村长	bí thư tỉnh 省委书记

thợ 工匠：

thợ bạc 金银匠	thợ dệt 纺织工人	thợ điện 电工
thợ đá 石匠	thợ giày 鞋匠	thợ hàn 电焊工
thợ mỏ 矿工	thợ cắt tóc 理发匠	thợ mộc 木匠
thợ may 缝纫匠	thợ máy 机械工	thợ nề 泥水匠
thợ phụ 助手、临时工	thợ rèn 锻工、铁匠	thợ tiện 钳工、车工
thợ vẽ 画匠		

IV. Bài tập 练习

1. 熟练掌握越南语中各种职业的名称。
2. 请根据你的实际情况回答以下问题，同时进行口头对话练习。

   (1) Em đã từng đặt may quần áo lần nào chưa?

   _____
   _____

   (2) Theo em, bình thường người ta tham gia những hoạt động gì buộc phải mặc quần áo chỉnh tề?

   _____
   _____

   (3) Em đã có quần áo đi làm chưa? Nếu có, đó là được mua hay là đặt may? Nếu chưa, em định đi mua hay đặt may ở đâu?

   _____
   _____

   (4) Sau khi tốt nghiệp, em định làm nghề gì? Tại sao?

   _____
   _____

(5) Em có ước mơ gì sau khi tốt nghiệp? Vì ước mơ này, em đã có những chuẩn bị hoặc có những nỗ lực gì?
_____
_____
_____

(6) Em ước mơ gì về tương lai? Về ước mơ này, em thấy bây giờ em còn đang thiếu những điều kiện gì? Và em sẽ tiếp tục cố gắng về những mặt nào?
_____
_____
_____

(7) Nếu về sau em làm một phiên dịch ở công ty nào đó, nếu em làm một cán bộ cơ sở hạ tầng, nếu … em sẽ cố gắng về những mặt nào để làm tốt công việc của em?
_____
_____
_____

3. 请参照语法注释部分翻译以下句子，同时在括号内说明画线的词属于哪一种用法。

(1) Ở đây sao nhiều rác thế? Quét đi chứ! (   )
_____

(2) Ngôi nhà này là kiến trúc trái phép, không lâu nữa nó sẽ bị phá đi. (   )
_____

(3) Tôi tưởng sang Việt Nam du học sẽ gầy đi, không ngờ lại béo ra 5 cân cơ. (   )
_____

(4) Nó một mạch chạy lên tầng 5 mà không thấy mệt tý nào. (   )
_____

(5) Đây là danh sách các loại sách phải đặt mua cho học kỳ sau. (   )
_____

(6) Con chó này rất đáng yêu, được chủ nhân nó đặt tên là Lai-ka. (   )
_____

(7) Tôi muốn đặt phòng ở đây, có phải đặt cọc trước không ạ? (   )
_____

(8) Trời muộn quá rồi, chúng ta về ký túc xá nghỉ đi. (   )
_____

(9) Anh cứ buông tay làm đi, không phải lo việc nhà. (   )
_____

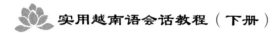

(10) Một mình anh đi xem phim chán quá, em đi cùng anh nào. (   )
_____

(11) Nào, thời gian thảo luận đến đây là hết, nhóm nào phát biểu trước nào? (   )
_____

(12) Việt Nam có nhiều tài nguyên phong phú, nào là nông sản, thủy sản, nào là lâm sản, khoáng sản… (   )
_____

(13) Này, thấy chưa? Anh ta đến rồi đây. (   )
_____

(14) Này cháu Hùng ơi, nhìn này, mẹ cháu về đây này. (   )
_____

(15) Này sách, này vở, này bút, đủ cả rồi, con có thể đi học rồi nhé. (   )
_____

主要参考书目

1. 傅成劼、利国编著.《越南语教程》：一、二册［M］.北京：北京大学出版社，2005年.
2. 黄敏中、傅成劼.《实用越南语语法》［M］.北京：北京大学出版社，1997年.
3. 莫子祺编著.《实用越南语口语教程》［M］.北京：北京大学出版社，2014年.
4. 谭志词、徐方宇、林丽编著.《基础越南语》（3）［M］.广州：世界图书出版公司，2013年.
5. 梁远、蔡杰主编.《新编越南语口语教程》：上、下册［M］.南宁：广西教育出版社，2008年.
6. 范金宁主编.《大学越南语口语教程》［M］.重庆：重庆大学出版社，2010年.

本书音频可通过扫描上方二维码获得